திருக்குறள்
நாமே படிக்கலாம்

பகுதி - 3 : இன்பத்துப்பால்

திருக்குறள்
நாமே படிக்கலாம்

பகுதி - 3 : இன்பத்துப்பால்

திருக்குறளை நாமே சொந்தமாகப் படித்துப்
புரிந்துகொள்வதற்கான எளிமையான, சிறப்பான
பயிற்சியை வழங்கும் உரை நூல்

தொகுப்பு & உரை: என். சொக்கன்

ZDP
SPECIFICS

Title: Thirukkural Naame Padikkalaam - (Part - III: Inpathuppal)
Author's Name: N. Chokkan

Published by ZDP Specifics

ZDP
SPECIFICS

ZDP Specifics
(An imprint of Zero Degree Publishing)
No.75 & 76, I Floor, Kuppusamy Street,
Balaji Nagar, Padi,
Chennai - 600050

Website: www.zerodegreepublishing.com
E Mail id: zerodegreepublishing@gmail.com
Phone: 89250 61999

ZDP Specifics First Edition : October 2025

ISBN : 978-93-48439-90-1

TITLE NO ZDPS :122

Rs. 320/-

Layout: G.Selvakumar
Cover Design: Vijayan, Creative Studio
Printed at Rathna Offset, Chennai, India

பொருளடக்கம்

இயல் - 8 : களவு இயல்

இயல் - 9 : கற்பு இயல்

இந்தப் புத்தகத்தை எப்படிப் படிக்கவேண்டும்?

நாமே திருக்குறள் படிக்கலாம். அதுதான் இந்த நூலின் அடிப்படை.

திருக்குறள் தமிழில் எழுதப்பட்ட நூல்தான். ஆனால், ஓர் உரை ஆசிரியரின் உதவியுடன்தான் நாம் அதைப் படிக்கமுடியும் என்று பலரும் நினைக்கிறார்கள்.

இது உண்மைதான். ஆனால், முழு உண்மை இல்லை.

திருக்குறளை யார் வேண்டுமானாலும் உரையின் துணையின்றி நேரடியாகப் படிக்கலாம். அதற்குத் தேவை, பயிற்சிதான். அந்தப் பயிற்சியை இந்த நூல் வழங்கும்.

இன்றைக்கு நாம் பேசும் தமிழ் திருக்குறள் தமிழிலிருந்து மிகவும் வேறுபட்டது. சொற்கள் மாறியுள்ளன; சொற்றொடர் அமைப்பு மாறியுள்ளது; பழக்கவழக்கங்கள் மாறியுள்ளன. அதே நேரம், நாம் திருக்குறளிலிருந்து அவ்வளவாக விலகி வந்துவிடவில்லை. தொடர்பயிற்சியின்மூலம் திருக்குறளை நாமே நேரடியாகப் படித்துப் புரிந்துகொள்ளலாம்.

திருக்குறளை நாமே படிப்பதற்கு என்ன பயிற்சி தேவை?

முதலில், மரபுக் கவிதையாக, இன்னும் துல்லியமாகச் சொல்வதென்றால், வெண்பா என்னும் வடிவத்தில் எழுதப்பட்டுள்ள குறளின் சொற்றொடர் அமைப்பு நமக்குச் சட்டென்று புரியாது. இன்றைக்கு நமக்குப் பழகியுள்ள உரைநடைச் சொற்றொடர் வடிவத்துக்கு அதைச் சற்று மாற்றிப் படித்தால் சிறு வெளிச்சம் கிடைக்கும்.

எடுத்துக்காட்டாக, இந்தப் புகழ் பெற்ற திருக்குறளை எடுத்துக்கொள்வோம்:

கற்க கசடு அற கற்பவை. கற்றபின்

நிற்க அதற்குத் தக

இந்தக் குறளில் உள்ள சொற்களைச் சற்று மாற்றிப் போட்டு இப்படிப் படித்துப் பாருங்கள்:

கற்பவை கசடு அறக் கற்க. கற்றபின் அதற்குத் தக நிற்க

மேலுள்ளது நமக்குப் பழக்கமான சொற்றொடர் வடிவம். இது ஓரளவு தெளிவைத் தருகிறது. ஆனால், முழுத் தெளிவு கிடைக்கவில்லை. இப்போது நாம் இரண்டாவது படிநிலைக்குச் செல்லலாம்.

இந்த இரண்டாவது படிநிலையில், அந்தக் குறளில் உள்ள கடினமான சொற்களுக்கான பொருளைத் தெரிந்துகொள்ளவேண்டும். எடுத்துக்காட்டாக:

- கசடு என்றால் குற்றம்
- அற என்றால் நீங்கும்படியாக
- தக என்றால் தகுந்தபடி அல்லது ஏற்றபடி
- நிற்க என்றால் பழகுங்கள் அல்லது நடந்துகொள்ளுங்கள்

இந்தச் சொற்களுக்கான பொருள்களை மேலுள்ள 'கற்பவை கசடு அறக் கற்க. கற்றபின் அதற்குத் தக நிற்க' என்ற வரியில் பொருத்தினால் நமக்கு என்ன கிடைக்கிறது?

கற்க வேண்டியவற்றைக் குற்றம் இல்லாமல் கற்கவேண்டும். அப்படிக் கற்றபின் அதற்கு ஏற்றபடி நடந்துகொள்ளவேண்டும்.

அவ்வளவுதான். நாம் இரண்டே படிநிலைகளில் திருக்குறளிலிருந்து நேரடியாகப் பொருளுக்கு வந்துவிட்டோம்.

இந்தப் புத்தகத்தில் குறள், உரை என்கிற வழக்கமான வடிவத்தைப் பின்பற்றாமல், 1330 குறள்களுக்கும் சொற்களைத் தெளிவாகப் பிரித்துக் காண்பிக்கிற குறள் வடிவம், அதை மாற்றிப் படிக்கிற வடிவம், அரிய சொற்களுக்கான பொருள், குறளுக்கான உரை

ஆகியவை இதே வரிசையில் வழங்கப்பட்டுள்ளன. இவற்றைத் தொடர்ந்து படித்துவந்தால், சுமார் 200 குறள்களுக்குள் வள்ளுவர் தமிழ் நமக்குப் பழக்கமாகிவிடும். அதன்பிறகு வருகிற குறள்களை இன்னும் விரைவாகப் படிக்கத் தொடங்கிவிடுவோம்.

இதைக் கேட்டால் இப்போது மலைப்பாகத்தான் இருக்கும். ஆனால், செய்து பார்த்தால் கண்டிப்பாகத் தேர்ச்சி பெறுவீர்கள், நீங்களே திருக்குறளைப் புரிந்துகொள்ளத் தொடங்குவீர்கள். அதன்பிறகும் குழப்பம் இருந்தால், கீழே உள்ள உரையைப் படிக்கலாம், இன்னும் நல்ல தெளிவு பெறலாம்.

பகுதி - 3

இன்பத்துப்பால்

இயல் -8

களவு இயல்

அதிகாரம் 109: தகை அணங்கு உறுத்தல் (காதலியின் அழகு காதலனை வருத்துதல்)

குறள் எண்: 1081

குறள்:

அணங்குகொல், ஆய்மயில்கொல்லோ, கனம் குழை
மாதர்கொல், மாலும் என் நெஞ்சு

இந்தக் குறளை எப்படி மாற்றிப் படிக்கவேண்டும்:

கனம் குழை அணங்குகொல், ஆய்மயில்கொல்லோ, மாதர்கொல், என் நெஞ்சு மாலும்

இந்தக் குறளில் உள்ள கடினமான சொற்களும் அவற்றின் பொருளும்:

அணங்குகொல் => தெய்வப் பெண்ணோ

ஆய்மயில்கொல் => தேர்ந்தெடுத்த / சிறந்த மயிலோ

கனம் குழை => கனத்த குழை என்னும் காதணி

மாதர்கொல் => மனிதப் பெண்ணோ

மாலும் => மயங்கும்

எளிய உரை:

கனத்த குழைகளைக் காதில் அணிந்துள்ள இவளைக் கண்டு என் நெஞ்சம் பலவிதமாக எண்ணி மயங்குகிறது: இவள் மனிதப் பெண்ணா! அல்லது, தெய்வப் பெண்ணா! அல்லது, சிறந்த மயிலா!

குறள் எண்: 1082

குறள்:

நோக்கினாள் நோக்கு எதிர் நோக்குதல், தாக்கு அணங்கு
தானை கொண்டு அன்னது உடைத்து

இந்தக் குறளை எப்படி மாற்றிப் படிக்கவேண்டும்:

நோக்கினாள் நோக்கு எதிர் நோக்குதல், தாக்கு அணங்கு தானை கொண்டு அன்னது உடைத்து

இந்தக் குறளில் உள்ள கடினமான சொற்களும் அவற்றின் பொருளும்:

நோக்கினாள் => பார்த்தவள்

நோக்கு => பார்வை

எதிர் நோக்குதல் => எதிராகப் பார்த்தல்

தாக்கு அணங்கு => தாக்குகின்ற தெய்வப் பெண்

தானை => படை

அன்னது உடைத்து => அதைப்போன்றது

எளிய உரை:

நான் ஒரு பெண்ணைப் பார்த்தேன். அவளும் என்னைப் பார்த்தாள். அவளுடைய அந்தப் பார்வை ஒரு பெரும் படையைப்போல் என்னைத் தாக்கியது.

குறள் எண்: 1083

குறள்:

பண்டு அறியேன் கூற்று என்பதனை, இனி அறிந்தேன்,
பெண் தகையால் பேர் அமர்க் கட்டு

இந்தக் குறளை எப்படி மாற்றிப் படிக்கவேண்டும்:

கூற்று என்பதனைப் பண்டு அறியேன், இனி அறிந்தேன், பெண் தகையால் பேர் அமர்க் கட்டு

இந்தக் குறளில் உள்ள கடினமான சொற்களும் அவற்றின் பொருளும்:

பண்டு => முன்பு

அறியேன் => அறியாமல் இருந்தேன்

கூற்று => கூற்றுவன் / எமன்

தகையால் => தன்மையுடன்

பேர் => பெரிய

அமர் => போர்

கட்டு => கண்களை உடையது

எளிய உரை:

மனிதர்களைக் கொல்லக்கூடிய கூற்றுவன் (எமன்) என்ற தெய்வத்தைப்பற்றிக் கேள்விப்பட்டிருக்கிறேன். ஆனால், அந்தத் தெய்வம் எப்படி இருக்கும் என்று தெரியாது. இப்போதுதான் நான் அதைப்பற்றித் தெரிந்துகொண்டேன்.

இதோ, என் முன்னால் பெரிய, போர் செய்கிற கண்களுடன் நிற்கிறாளே இந்தப் பெண், இவளைப்போல்தான் அந்தக் கூற்றுவன் இருப்பானோ! (இந்தப் பெண் என்னைத் தன் அழகால் கொல்கிறாள்.)

குறள் எண்: 1084

குறள்:

கண்டார் உயிர் உண்ணும் தோற்றத்தால் பெண் தகைப்
பேதைக்கு அமர்த்தன கண்

இந்தக் குறளை எப்படி மாற்றிப் படிக்கவேண்டும்:

பெண் தகைப் பேதைக்குக் கண், கண்டார் உயிர் உண்ணும் தோற்றத்தான் அமர்த்தன

இந்தக் குறளில் உள்ள கடினமான சொற்களும் அவற்றின் பொருளும்:

கண்டார் => பார்த்தவர்

உண்ணும் => உண்ணுகின்ற

தகை => தன்மை

பேதை => பேதைப் பெண்

அமர்த்தன => மாறுபட்டன

எளிய உரை:

இவள் ஏதுமறியாத பேதைப் பெண்ணைப்போல் இருக்கிறாள். ஆனால், இவளுடைய கண்கள் பார்ப்பவர்களுடைய உயிரைத் தின்றுவிடுகின்றன. இது என்ன வியப்பு!

குறள் எண்: 1085

குறள்:

கூற்றமோ, கண்ணோ, பிணையோ, மடவரல்
நோக்கம் இம் மூன்றும் உடைத்து

இந்தக் குறளை எப்படி மாற்றிப் படிக்கவேண்டும்:

மடவரல் நோக்கம் கூற்றமோ! கண்ணோ! பிணையோ! (மடவரல் நோக்கம்) இம் மூன்றும் உடைத்து

இந்தக் குறளில் உள்ள கடினமான சொற்களும் அவற்றின் பொருளும்:

கூற்றமோ => கூற்றுவனோ / எமனோ

பிணையோ => பெண் மானோ

மடவரல் => அழகிய பெண்

நோக்கம் => பார்வை

இம் மூன்றும் => இந்த மூன்றையும்

உடைத்து => கொண்டுள்ளது

எளிய உரை:

இந்தப் பெண்ணின் பார்வையைக் கண்டால் மூன்று எண்ணங்கள் வருகின்றன: இவள் மனிதப் பெண்ணா! அல்லது, பெண் மானா! அல்லது, பார்ப்பவர்களைக் கொல்லுகின்ற எமனா(கூற்றுவனா)!

குறள் எண்: 1086

குறள்:

கொடும் புருவம் கோடா மறைப்பின் நடுங்கு அஞர்
செய்யல மன் இவள் கண்

இந்தக் குறளை எப்படி மாற்றிப் படிக்கவேண்டும்:

கொடும் புருவம் கோடா மறைப்பின் இவள் கண் நடுங்கு அஞர்
செய்யல மன்

இந்தக் குறளில் உள்ள கடினமான சொற்களும் அவற்றின் பொருளும்:

கொடும் => கொடுமையான / வளைந்த

கோடா => வளையாமல்

மறைப்பின் => மறைத்தால் / விலக்கினால்

நடுங்கு => நடுங்கவைக்கிற

அஞர் => துன்பம்

செய்யல => செய்யாது

மன் => அசைச்சொல் (பொருள் உணர்த்தாத சொல்)

எளிய உரை:

இந்தப் பெண்ணின் கண்கள் என்னை நடுங்கவைத்துத் துன்புறுத்துகின்றன. ஒருவேளை, இவளுடைய வளைந்த புருவங்கள் வளையாமல் நேராக நின்று இவளுடைய கண்களை மறைத்துவிட்டால், என்னைப் போன்றோர் இந்தத் துன்பத்திலிருந்து தப்பிவிடுவோம். (இவளுடைய கண் அழகோடு புருவ அழகும் என்னைத் துன்புறுத்துகிறது.)

குறள் எண்: 1087

குறள்:

கடாஅக் களிற்றின்மேல் கட்படாம், மாதர்
படாஅ முலைமேல் துகில்

இந்தக் குறளை எப்படி மாற்றிப் படிக்கவேண்டும்:

மாதர் படாஅ முலைமேல் துகில், கடாஅக் களிற்றின்மேல் கட்படாம்

இந்தக் குறளில் உள்ள கடினமான சொற்களும் அவற்றின் பொருளும்:

கடாஅ => மதம் பொருந்திய

களிற்றின்மேல் => ஆண் யானையின்மீது

கட்படாம் => யானையின் முகத்தில் இடப்படுகிற, அதன் கண்ணை மறைக்கின்ற முகபடாம் என்னும் துணி

மாதர் => பெண்

படாஅ => சாயாத

முலைமேல் => மார்பகத்தின்மீது

துகில் => துணி

எளிய உரை:

இந்தப் பெண் தன்னுடைய இள மார்பகத்தின்மீது அணிந்திருக்கிற மேலாடை, மத நீர் ஒழுகுகின்ற ஆண் யானையின்மீது கட்டப்பட்ட முகபடாம் என்ற துணியைப்போல் இருக்கிறது.

குறள் எண்: 1088

குறள்:

ஒள் நுதற்கு, ஓஒ, உடைந்ததே, ஞாட்பினுள்
நண்ணாரும் உட்கும் என் பீடு

இந்தக் குறளை எப்படி மாற்றிப் படிக்கவேண்டும்:

ஞாட்பினுள் நண்ணாரும் உட்கும் என் பீடு ஒள் நுதற்கு உடைந்ததே, ஓஒ

இந்தக் குறளில் உள்ள கடினமான சொற்களும் அவற்றின் பொருளும்:

ஒள்	=>	*ஒளி பொருந்திய*
நுதற்கு	=>	*நெற்றிக்கு / நெற்றியிடம்*
ஓஒ	=>	*ஓ! (வியப்பு)*
ஞாட்பினுள்	=>	*போர்க்களத்தில்*
நண்ணாரும்	=>	*நேரில் வந்து எதிர்க்காதவர்களும்*
உட்கும்	=>	*அஞ்சுகின்ற*
பீடு	=>	*பெருமை / வலிமை*

எளிய உரை:

நான் பெரிய வீரன். என்னுடைய பெயரைக் கேட்டாலே எதிரிகளெல்லாம் நடுங்குவார்கள்.

ஆனால், இந்தப் பெண்ணின் ஒளி மிகுந்த நெற்றியைப் பார்த்ததும், என்னுடைய வலிமையெல்லாம் உடைந்து நொறுங்கிவிட்டது. இது என்ன வியப்பு!

குறள் எண்: 1089

குறள்:

பிணை ஏர் மட நோக்கும் நாணும் உடையாட்கு
அணி எவனோ ஏது இல தந்து

இந்தக் குறளை எப்படி மாற்றிப் படிக்கவேண்டும்:

பிணை ஏர் மட நோக்கும் நாணும் உடையாட்கு ஏது இல தந்து அணி எவனோ?

இந்தக் குறளில் உள்ள கடினமான சொற்களும் அவற்றின் பொருளும்:

பிணை => பெண் மான்

ஏர் => போன்ற

மட => அச்சம் கொண்ட

நோக்கு => பார்வையும்

நாண் => வெட்கம்

உடையாட்கு => உடையவளுக்கு

அணி => அணிகலன்களை / நகைகளை அணிவது

எவனோ => என்ன பயனோ

ஏது இல => வேற்றுமையானவை / பொருந்தாதவை

தந்து => வழங்கி

எளிய உரை:

இவள் பெண் மானைப் போல் அச்சத்துடன் பார்க்கிறாள், நாணத்துடன் திகழ்கிறாள். இப்படிப்பட்ட இயற்கை அழகு கொண்ட இவள் நகைகளையெல்லாம் அணிந்திருப்பது எதற்கு? (இவளுடைய அழகுக்கு நகைகளெல்லாம் தேவையில்லை.)

குறள் எண்: 1090

குறள்:

உண்டார்கண் அல்லது அடு நறாக் காமம்போல்
கண்டார் மகிழ் செய்தல் இன்று

இந்தக் குறளை எப்படி மாற்றிப் படிக்கவேண்டும்:

அடு நறா உண்டார்கண் அல்லது காமம்போல் கண்டார் மகிழ் செய்தல் இன்று

இந்தக் குறளில் உள்ள கடினமான சொற்களும் அவற்றின் பொருளும்:

உண்டார்கண் => உண்டவர்களிடம்

அல்லது => இல்லாமல்

அடு => காய்ச்சப்பட்ட

நறா => மது

காமம்போல் => காதலைப்போல் / காதலியைப்போல்

கண்டார் => பார்த்தவர்கள்

மகிழ் செய்தல் => மகிழவைத்தல்

இன்று => இல்லை

எளிய உரை:

மதுவை அருந்தினால்தான் இன்பம். என் காதலியைப் பார்த்தாலே இன்பம்.

அதிகாரம் 110: குறிப்பு அறிதல்
[காதலர்கள் ஒருவர் மற்றவர் குறிப்பை அறிந்துகொள்ளுதல்]

குறள் எண்: 1091

குறள்:

இரு நோக்கு இவள் உண் கண் உள்ளது. ஒரு நோக்கு
நோய் நோக்கு, ஒன்று அந் நோய் மருந்து

இந்தக் குறளை எப்படி மாற்றிப் படிக்கவேண்டும்:

இவள் உண் கண் இரு நோக்கு உள்ளது. ஒரு நோக்கு நோய் நோக்கு, ஒன்று அந் நோய் மருந்து

இந்தக் குறளில் உள்ள கடினமான சொற்களும் அவற்றின் பொருளும்:

நோக்கு => பார்வை

உண் கண் => மையை உண்ட (மை தீட்டிய) கண்கள்

அந் நோய் => அந்த நோய்

எளிய உரை:

இவளுடைய மை தீட்டிய கண்களில் இருவிதமான பார்வைகள் உள்ளன. ஒரு பார்வை, நோயைத் தருகிறது. இன்னொரு பார்வை, அந்த நோயைத் தீர்க்கும் மருந்தாகிறது.

குறள் எண்: 1092

குறள்:

கண் களவு கொள்ளும் சிறு நோக்கம் காமத்தில்
செம்பாகம் அன்று, பெரிது

இந்தக் குறளை எப்படி மாற்றிப் படிக்கவேண்டும்:

காமத்தில், கண் களவு கொள்ளும் சிறு நோக்கம் செம்பாகம் அன்று, பெரிது

இந்தக் குறளில் உள்ள கடினமான சொற்களும் அவற்றின் பொருளும்:

கண் களவு கொள்ளும் => திருட்டுத்தனமாகப் பார்க்கும்

சிறு நோக்கம் => சிறு பார்வை

காமத்தில் => காதலில்

செம்பாகம் => சரி பாதி

அன்று => இல்லை

பெரிது => (அதைவிடப்) பெரியது

எளிய உரை:

காதலர்கள் ஒருவரை ஒருவர் இரகசியமாகப் பார்த்துக்கொள்ளும் கள்ளப் பார்வைக்குக் காதலில் மிகப் பெரிய இடம் உண்டு!

குறள் எண்: 1093

குறள்:

நோக்கினாள், நோக்கி இறைஞ்சினாள், அஃது அவள்
யாப்பினுள் அட்டிய நீர்

இந்தக் குறளை எப்படி மாற்றிப் படிக்கவேண்டும்:

அவள் நோக்கினாள், நோக்கி இறைஞ்சினாள், அஃது யாப்பினுள் அட்டிய நீர்

இந்தக் குறளில் உள்ள கடினமான சொற்களும் அவற்றின் பொருளும்:

நோக்கினாள் => பார்த்தாள்

நோக்கி => பார்த்து

இறைஞ்சினாள் => நாணத்துடன் தலை குனிந்தாள்

அஃது => அது

யாப்பினுள் => பாத்தியில்

அட்டிய => ஊற்றிய

எளிய உரை:

அவள் என்னைப் பார்த்தாள், நாணத்துடன் தலை குனிந்துகொண்டாள், அதன்மூலம் எங்களுடைய காதல் பயிருக்கு நீரூற்றி வளர்த்தாள்.

குறள் எண்: 1094

குறள்:

யான் நோக்குங்காலை நிலன் நோக்கும், நோக்காக்கால்
தான் நோக்கி மெல்ல நகும்

இந்தக் குறளை எப்படி மாற்றிப் படிக்கவேண்டும்:

யான் நோக்குங்காலை நிலன் நோக்கும். (யான்) நோக்காக்கால்
தான் நோக்கி மெல்ல நகும்

இந்தக் குறளில் உள்ள கடினமான சொற்களும் அவற்றின் பொருளும்:

யான் => நான்

நோக்குங்காலை => பார்க்கும்போது

நிலன் => நிலம்

நோக்கும் => பார்ப்பாள்

நோக்காக்கால் => பார்க்காவிட்டால்

தான் => தானே / அவளே

நோக்கி => பார்த்து

நகும் => சிரிப்பாள் / மகிழ்வாள்

எளிய உரை:

நான் அவளைப் பார்க்கிறேன். அவள் தலை குனிந்து நிலத்தைப் பார்க்கிறாள்.

நான் வேறு எங்கோ பார்க்கிறேன். இப்போது அவள் என்னைப் பார்த்து மகிழ்கிறாள்.

குறள் எண்: 1095

குறள்:

குறிக்கொண்டு நோக்காமை அல்லால் ஒரு கண்
சிறக்கணித்தாள் போல நகும்

இந்தக் குறளை எப்படி மாற்றிப் படிக்கவேண்டும்:

குறிக்கொண்டு நோக்காமை அல்லால் ஒரு கண் சிறக்கணித்தாள் போல நகும்

இந்தக் குறளில் உள்ள கடினமான சொற்களும் அவற்றின் பொருளும்:

குறிக்கொண்டு	=> ஒரு நோக்கத்துடன் / குறிக்கோளுடன்
நோக்காமை	=> பார்க்காமல் இருத்தல்
அல்லால்	=> இல்லாமல்
சிறக்கணித்தாள்	=> சுருக்கியவள்
நகும்	=> சிரிப்பாள் / மகிழ்வாள்

எளிய உரை:

அவள் என்னை நேரடியாகப் பார்ப்பதில்லை, ஆனால், ஓரக்கண்ணால் பார்த்து மகிழ்கிறாள்.

குறள் எண்: 1096

குறள்:

உறாஅதவர் போல் சொலினும் செறாஅர் சொல்
ஒல்லை உணரப்படும்

இந்தக் குறளை எப்படி மாற்றிப் படிக்கவேண்டும்:

செறாஅர் உறாஅதவர் போல் சொலினும், (செறாஅர்) சொல் ஒல்லை உணரப்படும்

இந்தக் குறளில் உள்ள கடினமான சொற்களும் அவற்றின் பொருளும்:

உறாஅதவர் => உறவு இல்லாதவர் / அயல் மனிதர்

சொலினும் => கடுமையாகப் பேசினாலும்

செறாஅர் => பகைமை இல்லாதவர் / நண்பர்

ஒல்லை => விரைவில்

உணரப்படும் => அறிந்துகொள்ளப்படும்

எளிய உரை:

அவள் என்னிடம் யாரோ போல் நடந்துகொள்கிறாள், கடுமையாகப் பேசுவதுபோல் நடிக்கிறாள். ஆனால், அவள் என்மீது அன்பு வைத்திருக்கிறாள் என்கிற உண்மை விரைவில் வெளிப்பட்டுவிடும்.

குறள் எண்: 1097

குறள்:

செறாஅச் சிறு சொல்லும் செற்றார் போல் நோக்கும்
உறாஅர் போன்று உற்றார் குறிப்பு

இந்தக் குறளை எப்படி மாற்றிப் படிக்கவேண்டும்:

செறாஅச் சிறு சொல்லும் செற்றார் போல் நோக்கும் உறாஅர் போன்று உள்ளார் குறிப்பு

இந்தக் குறளில் உள்ள கடினமான சொற்களும் அவற்றின் பொருளும்:

செறாஅ => *சினம் இல்லாத*

சொல் => *கடுமையான சொல்*

செற்றார் போல் => *பகைவரைப்போல்*

நோக்கும் => *பார்வையும்*

உறாஅர் => *உறவு இல்லாதவர் / அயல் மனிதர்*

உற்றார் => *உறவானவர்*

குறிப்பு => *அடையாளம்*

எளிய உரை:

அவள் என்னிடம் கடுமையாகப் பேசுகிறாள், என்னைப் பகைவனைப்போல் பார்க்கிறாள். ஆனால், இவையெல்லாம் உண்மையில்லை, யாரோ போலப் பழகத் தொடங்கிப் பின்னர் அன்பு கொண்டு நெருங்கப்போகிறவர்களுக்கான அடையாளங்கள்.

குறள் எண்: 1098

குறள்:

அசை இயற்கு உண்டு ஆண்டு ஓர் ஏஎர். யான் நோக்கப்
பசையினள் பைய நகும்

இந்தக் குறளை எப்படி மாற்றிப் படிக்கவேண்டும்:

யான் நோக்கப் பசையினள் பைய நகும். அசை இயற்கு ஆண்டு ஓர் ஏஎர் உண்டு

இந்தக் குறளில் உள்ள கடினமான சொற்களும் அவற்றின் பொருளும்:

அசை இயற்கு => மெல்ல அசைந்து நடக்கும் இயல்பைக் கொண்ட இந்தப் பெண்ணுக்கு

ஆண்டு => அங்கு / அதில்

ஏஎர் => அழகு

யான் => நான்

நோக்க => பார்க்க

பசையினள் => அன்பு கொண்டவள்

பைய => மெல்ல

நகும் => சிரிப்பாள் / மகிழ்வாள்

எளிய உரை:

அழகாக அசைந்து நடக்கும் அந்தப் பெண்ணை நான் பார்க்கிறேன். அவளும் என்னைப் பார்த்து அன்புடன் மெல்லச் சிரிக்கிறாள். அந்தச் சிரிப்புதான் என்ன அழகு!

குறள் எண்: 1099

குறள்:

ஏதிலார் போலப் பொது நோக்கு நோக்குதல்
காதலார்கண்ணே உள

இந்தக் குறளை எப்படி மாற்றிப் படிக்கவேண்டும்:

ஏதிலார் போலப் பொது நோக்கு நோக்குதல் காதலார்கண்ணே உள

இந்தக் குறளில் உள்ள கடினமான சொற்களும் அவற்றின் பொருளும்:

ஏதிலார்	=>	*முன் பின் அறியாதவர் / மற்றவர்*
நோக்கு	=>	*பார்வை*
நோக்குதல்	=>	*பார்த்தல்*
காதலார்கண்ணே	=>	*காதலர்களிடம்தான்*
உள	=>	*உள்ளது*

எளிய உரை:

காதலர்கள் பொது இடத்தில் சந்திக்கும்போது ஒருவரை ஒருவர் தெரிந்ததுபோல் காட்டிக்கொள்ளமாட்டார்கள், முன் பின் அறியாதவர்களைப்போல் நடந்துகொள்வார்கள். இது அவர்களுடைய இயல்புதான்.

குறள் எண்: 1100

குறள்:

கண்ணொடு கண் இணை நோக்கு ஒக்கின் வாய்ச் சொற்கள்
என்ன பயனும் இல

இந்தக் குறளை எப்படி மாற்றிப் படிக்கவேண்டும்:

கண்ணொடு கண் இணை நோக்கு ஒக்கின் வாய்ச் சொற்கள்
என்ன பயனும் இல

இந்தக் குறளில் உள்ள கடினமான சொற்களும் அவற்றின் பொருளும்:

கண்ணொடு => கண்ணோடு

இணை => ஒன்றாக

நோக்கு => பார்வை

ஒக்கின் => ஒத்துப்போய்விட்டால்

இல => இல்லாதவை

எளிய உரை:

கண்ணும் கண்ணும் ஒன்று சேர்ந்துவிட்டால் பேச்சு எதற்கு?

அதிகாரம் 111: புணர்ச்சி மகிழ்தல்
(காதலர்கள் ஒன்றுகூடிய மகிழ்ச்சி)

குறள் எண்: 1101

குறள்:

கண்டு, கேட்டு, உண்டு, உயிர்த்து, உற்று அறியும் ஐம்புலனும்
ஒண் தொடிகண்ணே உள

இந்தக் குறளை எப்படி மாற்றிப் படிக்கவேண்டும்:

கண்டு, கேட்டு, உண்டு, உயிர்த்து, உற்று அறியும் ஐம்புலனும்
ஒண் தொடிகண்ணே உள

இந்தக் குறளில் உள்ள கடினமான சொற்களும் அவற்றின் பொருளும்:

உயிர்த்து => முகர்ந்து

உற்று => தொட்டு

ஐம்புலனும் => ஐந்து புலன்களும்

ஒண் தொடிகண்ணே => ஒளி பொருந்திய வளையல்களை அணிந்த இந்தப் பெண்ணிடம்

உள => உள்ளன

எளிய உரை:

ஒளி பொருந்திய வளையல்களை அணிந்த இந்தப் பெண்ணிடம் கண்ணால் காணும் இன்பம், காதால் கேட்கும் இன்பம், நாவால் உண்ணும் இன்பம், மூக்கால் நுகரும் இன்பம், தொட்டு அறியும் இன்பம் என ஐம்புலன்களின் இன்பங்களும் உள்ளன.

குறள் எண்: 1102

குறள்:

பிணிக்கு மருந்து பிற மன். அணி இழை
தன் நோய்க்குத் தானே மருந்து

இந்தக் குறளை எப்படி மாற்றிப் படிக்கவேண்டும்:

பிணிக்கு மருந்து பிற மன். அணி இழை தன் நோய்க்குத் தானே மருந்து

இந்தக் குறளில் உள்ள கடினமான சொற்களும் அவற்றின் பொருளும்:

பிணிக்கு => நோய்க்கு

மன் => அசைச்சொல் (பொருள் உணர்த்தாத சொல்)

அணி => அழகிய

இழை => அணிகலன்களை அணிந்த பெண்

எளிய உரை:

பொதுவாக, நோய் வேறு, அதற்கான மருந்து வேறு.

ஆனால், அழகான அணிகலன்களை அணிந்த இந்தப் பெண்ணால் உண்டாகும் காதல் நோய்க்கு இவளேதான் மருந்து!

குறள் எண்: 1103

குறள்:

> **தாம் வீழ்வார் மென் தோள் துயிலின் இனிதுகொல்**
> **தாமரைக் கண்ணான் உலகு**

இந்தக் குறளை எப்படி மாற்றிப் படிக்கவேண்டும்:

> **தாமரைக் கண்ணான் உலகு, தாம் வீழ்வார் மென் தோள் துயிலின் இனிதுகொல்!**

இந்தக் குறளில் உள்ள கடினமான சொற்களும் அவற்றின் பொருளும்:

தாம் => தம்மால்

வீழ்வார் => விரும்பப்படுகிறவர்

மென் தோள் => மென்மையான தோள்

துயிலின் => தூக்கத்தைவிட

இனிதுகொல் => இனிமையானதா

தாமரைக் கண்ணான் உலகு => தாமரையைப் போன்ற கண்களை உடைய திருமாலின் உலகம் / வைகுந்தம் / சொர்க்கம்

எளிய உரை:

என்ன பெரிய சொர்க்கம்? நமக்குப் பிடித்த பெண்ணின் மென்மையான தோளில் சாய்ந்து தூங்குவதைவிடவா அது இன்பம்?

குறள் எண்: 1104

குறள்:

நீங்கின் தெறூஉம், குறுகுங்கால் தண் என்னும்
தீ யாண்டுப் பெற்றாள் இவள்

இந்தக் குறளை எப்படி மாற்றிப் படிக்கவேண்டும்:

நீங்கின் தெறூஉம், குறுகுங்கால் தண் என்னும் தீ இவள் யாண்டுப் பெற்றாள்?

இந்தக் குறளில் உள்ள கடினமான சொற்களும் அவற்றின் பொருளும்:

நீங்கின் => நீங்கினால்

தெறூஉம் => சுடும்

குறுகுங்கால் => நெருங்கும்போது

தண் என்னும் => குளிரும்

யாண்டு => எங்கு

எளிய உரை:

இந்தப் பெண்ணை நெருங்கினால் குளிர்கிறது, விட்டு விலகினால் சுடுகிறது. இப்படியொரு புதுமையான தீயை இவள் எங்கு கண்டுபிடித்தாளோ!

குறள் எண்: 1105

குறள்:

வேட்ட பொழுதின் அவை அவை போலுமே,
தோட்டு ஆர் கதுப்பினாள் தோள்

இந்தக் குறளை எப்படி மாற்றிப் படிக்கவேண்டும்:

தோட்டு ஆர் கதுப்பினாள் தோள், வேட்ட பொழுதின் அவை அவை போலுமே

இந்தக் குறளில் உள்ள கடினமான சொற்களும் அவற்றின் பொருளும்:

வேட்ட பொழுதின் => வேண்டியபோது

அவை அவை => அந்தந்தப் பொருட்கள்

போலுமே => போல

தோட்டு ஆர் => பூவை அணிந்த

கதுப்பினாள் => கூந்தலை உடையவள்

எளிய உரை:

நாம் விரும்புகின்ற பொருட்களெல்லாம் அந்த விநாடியிலேயே கிடைத்துவிட்டால் எவ்வளவு இன்பமாக இருக்கும்! மலர்களை அணிந்த கூந்தலை உடைய இந்தப் பெண்ணின் தோள்கள் அப்படிப்பட்ட ஓர் இன்பத்தைத் தருகின்றன.

குறள் எண்: 1106

குறள்:

உறுதோறு உயிர் தளிர்ப்பத் தீண்டலால், பேதைக்கு
அமிழ்தின் இயன்றன தோள்

இந்தக் குறளை எப்படி மாற்றிப் படிக்கவேண்டும்:

உறுதோறு உயிர் தளிர்ப்பத் தீண்டலால், பேதைக்கு அமிழ்தின் இயன்றன தோள்

இந்தக் குறளில் உள்ள கடினமான சொற்களும் அவற்றின் பொருளும்:

உறுதோறு => பொருந்தி அணைக்கும்போது

தளிர்ப்ப => தளிர்க்கும்படி

தீண்டலால் => தொடுவதால்

பேதைக்கு => இந்தப் பேதைப் பெண்ணுக்கு

அமிழ்தின் => அமுதத்தால்

இயன்றன => செய்யப்பட்டன

எளிய உரை:

இந்தப் பேதைப் பெண்ணின் தோள்கள் அமுதத்தால் செய்யப்பட்டவையோ! ஏனெனில், இவளுடைய தோள்களை நெருங்கி அணைக்கும்போதெல்லாம் என்னுடைய உயிர் தழைக்கிறது.

குறள் எண்: 1107

குறள்:

தம் இல் இருந்து தமது பாத்து உண்டற்றால்,
அம் மா அரிவை முயக்கு

இந்தக் குறளை எப்படி மாற்றிப் படிக்கவேண்டும்:

அம் மா அரிவை முயக்கு, தம் இல் இருந்து தமது பாத்து உண்டற்றால்

இந்தக் குறளில் உள்ள கடினமான சொற்களும் அவற்றின் பொருளும்:

தம் இல் => தங்கள் சொந்த வீடு

தமது => தங்களுடைய பொருட்களை

பாத்து => எல்லாருக்கும் பிரித்துக் கொடுத்து

உண்டற்றால் => உண்பதைப்போல

அம் மா அரிவை => மாமை நிறம் கொண்ட அந்தப் பெண்

முயக்கு => அணைப்பு / தழுவல்

எளிய உரை:

நம் வீட்டில் இருந்துகொண்டு, நம்முடைய பொருட்களை எல்லாருக்கும் பிரித்துக் கொடுத்து, அதை நாமும் உண்டு மகிழ்வது எப்பேர்ப்பட்ட இன்பம்! மாமை நிறமுள்ள இந்தப் பெண்ணைத் தழுவுகிற இன்பமும் அப்படிப்பட்டதுதான்!

குறள் எண்: 1108

குறள்:

வீழும் இருவர்க்கு இனிதே வளி இடை
போழப்படாஅ முயக்கு

இந்தக் குறளை எப்படி மாற்றிப் படிக்கவேண்டும்:

வீழும் இருவர்க்கு வளி இடை போழப்படாஅ முயக்கு இனிதே

இந்தக் குறளில் உள்ள கடினமான சொற்களும் அவற்றின் பொருளும்:

வீழும் => காதலிக்கிற

இனிது => இனிமையானது

வளி => காற்று

இடை => நடுவில்

போழப்படாஅ => போகமுடியாத

முயக்கு => அணைப்பு / தழுவல்

எளிய உரை:

காதலனும் காதலியும் தங்களுக்கிடையில் காற்றுகூட நுழையாதபடி இறுகத் தழுவவேண்டும். அதுதான் சரியான அணைப்பு!

குறள் எண்: 1109

குறள்:

ஊடல், உணர்தல், புணர்தல் இவை காமம்
கூடியார் பெற்ற பயன்

இந்தக் குறளை எப்படி மாற்றிப் படிக்கவேண்டும்:

ஊடல், உணர்தல், புணர்தல்: இவை காமம் கூடியார் பெற்ற பயன்

இந்தக் குறளில் உள்ள கடினமான சொற்களும் அவற்றின் பொருளும்:

ஊடல் => செல்லமான சினம்

உணர்தல் => ஊடலைச் சரியான நேரத்தில் உணர்ந்து நீக்கிக்கொள்ளுதல்

புணர்தல் => ஒன்றுகூடல்

காமம் கூடியார் => காதலர்கள்

எளிய உரை:

காதலால் காதலர்களுக்குக் கிடைக்கும் பயன்கள் மூன்று: ஒருவர்மீது ஒருவர் செல்லமாகச் சினம் கொள்ளுதல், சரியான நேரத்தில் அந்த ஊடலை நீக்குதல், பின்னர் ஒன்றுகூடி மகிழ்தல்.

குறள் எண்: 1110

குறள்:

அறிதோறு அறியாமை கண்டற்றால், காமம்
செறிதோறும் சேஇழை மாட்டு

இந்தக் குறளை எப்படி மாற்றிப் படிக்கவேண்டும்:

சேஇழை மாட்டுச் செறிதோறும் காமம் அறிதோறு அறியாமை கண்டற்றால்

இந்தக் குறளில் உள்ள கடினமான சொற்களும் அவற்றின் பொருளும்:

அறிதோறு => கற்கும்போதெல்லாம்

கண்டற்றால் => காண்பதைப்போல

காமம் => காதல்

செறிதோறும் => ஒன்றுகூடும்போதெல்லாம்

சேஇழை மாட்டு => சிறந்த அணிகலன்களை அணிந்த இந்தப் பெண்ணிடம்

எளிய உரை:

நூல்களைப் படிக்கப் படிக்க, நாம் இதற்குமுன் எவ்வளவு அறியாமையுடன் இருந்திருக்கிறோம் என்பது புரியும், இன்னும் படிக்கவேண்டும் என்கிற ஆர்வம் பெருகும்.

அதுபோல, சிறந்த அணிகலன்களை அணிந்த இந்தப் பெண்ணை அணைக்க அணைக்க, இவள்மீது எனக்குள்ள காதல் பெருகுகிறது.

அதிகாரம் 112: நலம் புனைந்து உரைத்தல் (காதலன் காதலியின் அழகைச் சிறப்பாகச் சொல்லுதல்)

குறள் எண்: 1111

குறள்:

நல் நீரை, வாழி, அனிச்சமே, நின்னினும்
மெல் நீரள் யாம் வீழ்பவள்

இந்தக் குறளை எப்படி மாற்றிப் படிக்கவேண்டும்:

அனிச்சமே, வாழி, நல் நீரை, யாம் வீழ்பவள் நின்னினும் மெல் நீரள்

இந்தக் குறளில் உள்ள கடினமான சொற்களும் அவற்றின் பொருளும்:

நல் நீரை => நல்ல இயல்பைக் கொண்டுள்ளாய்

வாழி => வாழ்க

அனிச்சமே => அனிச்ச மலரே

நின்னினும் => உன்னைவிட

மெல் நீரள் => மென்மையான இயல்பைக் கொண்டவள்

யாம் => நான்

வீழ்பவள் => விரும்பும் பெண்

எளிய உரை:

அனிச்ச மலரே, நீ வாழ்க!

நீ மிகவும் மென்மையான மலர் என்று எல்லாரும் சொல்கிறார்கள். ஆனால், என் காதலி உன்னைவிட மென்மையானவள்!

குறள் எண்: 1112

குறள்:

மலர் காணின் மையாத்தி, நெஞ்சே, இவள் கண்
பலர் காணும் பூ ஒக்கும் என்று

இந்தக் குறளை எப்படி மாற்றிப் படிக்கவேண்டும்:

நெஞ்சே, இவள் கண் பலர் காணும் பூ ஒக்கும் என்று மலர் காணின் மையாத்தி

இந்தக் குறளில் உள்ள கடினமான சொற்களும் அவற்றின் பொருளும்:

காணின் => பார்த்தால்

மையாத்தி => மயக்கமடைகிறாய்

ஒக்கும் => போன்று இருக்கும்

எளிய உரை:

நெஞ்சே,

என் காதலி மலரைப் போன்றவள். அதனால், நீ எந்த மலரைப் பார்த்தாலும் அவளை எண்ணி மயங்குகிறாய்.

ஆனால், மற்ற மலர்களை எல்லாரும் காண்பார்கள். இந்தப் பெண் மலரை நான்மட்டும் கண்டு மகிழ்வேன்!

குறள் எண்: 1113

குறள்:

முறி மேனி, முத்தம் முறுவம், வெறி நாற்றம்,
வேல் உண் கண், வேய்த் தோள் அவட்கு

இந்தக் குறளை எப்படி மாற்றிப் படிக்கவேண்டும்:

அவட்கு மேனி முறி, முறுவல் முத்தம், நாற்றம் வெறி, உண் கண் வேல், தோள் வேய்

இந்தக் குறளில் உள்ள கடினமான சொற்களும் அவற்றின் பொருளும்:

முறி => தளிர்

மேனி => உடல்

முத்தம் => முத்து

முறுவல் => சிரிப்பு

வெறி => நறுமணம்

நாற்றம் => உடலின் மணம்

உண் கண் => மையுண்ட / மை தீட்டப்பட்ட கண்கள்

வேய் => மூங்கில்

அவட்கு => அவளுக்கு

எளிய உரை:

என் காதலியின் உடல் தளிரைப் போன்றது; அவளுடைய சிரிப்பு முத்தைப் போன்றது; அவளிடமிருந்து வீசும் இயல்பான மணமே நறுமணம்தான்; அவளுடைய மை பூசிய கண்கள் வேலைப் போன்றவை; அவளுடைய தோள்கள் மூங்கிலைப் போன்றவை.

குறள் எண்: 1114

குறள்:

காணின் குவளை கவிழ்ந்து நிலன் நோக்கும்
மாண் இழை கண் ஒவ்வேம் என்று

இந்தக் குறளை எப்படி மாற்றிப் படிக்கவேண்டும்:

குவளை, மாண் இழை கண் காணின், ஒவ்வேம் என்று கவிழ்ந்து நிலன் நோக்கும்

இந்தக் குறளில் உள்ள கடினமான சொற்களும் அவற்றின் பொருளும்:

காணின் => பார்த்தால்

கவிழ்ந்து => தலை குனிந்து

நிலன் => நிலம்

நோக்கும் => பார்க்கும்

மாண் => சிறந்த

இழை => அணிகலன்கள் / அணிகலன்களை அணிந்த பெண்

ஒவ்வேம் => ஒப்பாகமாட்டோம்

எளிய உரை:

குவளை மலரைப் பெண்களின் கண்களுக்கு உவமையாகச் சொல்வார்கள். ஆனால், சிறந்த அணிகலன்களை அணிந்த இந்தப் பெண்ணின் அழகான கண்களைப் பார்த்தால், குவளை மலர் வெட்கப்படும், 'இவளுடைய கண்களுக்கு நான் ஒப்பாகமாட்டேன்' என்று தலை குனிந்து நிலத்தைப் பார்க்கும்.

குறள் எண்: 1115

குறள்:

அனிச்சப் பூக் கால் களையாள் பெய்தாள் நுசுப்பிற்கு
நல்ல படாஅ பறை

இந்தக் குறளை எப்படி மாற்றிப் படிக்கவேண்டும்:

அனிச்சப் பூக் கால் களையாள் பெய்தாள் நுசுப்பிற்கு நல்ல பறை படாஅ

இந்தக் குறளில் உள்ள கடினமான சொற்களும் அவற்றின் பொருளும்:

கால் => காம்பு

களையாள் => கிள்ளாதவள் / நீக்காதவள்

பெய்தாள் => சூடிக்கொண்டாள்

நுசுப்பிற்கு => இடுப்புக்கு

படாஅ => ஒலிக்காது

எளிய உரை:

இந்தப் பெண் அனிச்ச மலருடைய காம்பைக் கிள்ளாமல் தலையில் வைத்துக்கொண்டுவிட்டாள். அடடா! இதனால் இவளுடைய இடை முறிந்துவிடும். இவள் வீட்டில் இனிய பறையொலி கேட்காது. (பூக்காம்பின் எடையைக்கூடத் தாங்க இயலாதபடி நுட்பமான இடையைக் கொண்டவள் இவள்.)

குறள் எண்: 1116

குறள்:

மதியும் மடந்தை முகனும் அறியா,
பதியின் கலங்கிய, மீன்

இந்தக் குறளை எப்படி மாற்றிப் படிக்கவேண்டும்:

மீன், மதியும் மடந்தை முகனும் அறியா, பதியின் கலங்கிய

இந்தக் குறளில் உள்ள கடினமான சொற்களும் அவற்றின் பொருளும்:

மதி	=>	*நிலா*
மடந்தை	=>	*பெண்*
முகன்	=>	*முகம்*
அறியா	=>	*(வேறுபாட்டை) அறியாமல்*
பதியின்	=>	*தங்கள் இடத்திலிருந்து*
கலங்கிய	=>	*கலங்கித் திரிகின்றன*
மீன்	=>	*விண்மீன்கள்*

எளிய உரை:

விண்மீன்களெல்லாம் இந்தப் பெண்ணின் முகத்தைக் கண்டு குழம்புகின்றன, 'வானத்தில் ஒரு நிலா, இங்கு பூமியில் இன்னொரு நிலா. இது எப்படி?' என்று திகைத்துத் திரிகின்றன.

குறள் எண்: 1117

குறள்:

அறு வாய் நிறைந்த அவிர் மதிக்குப் போல
மறு உண்டோ மாதர் முகத்து

இந்தக் குறளை எப்படி மாற்றிப் படிக்கவேண்டும்:

அறு வாய் நிறைந்த அவிர் மதிக்குப் போல மாதர் முகத்து மறு உண்டோ?

இந்தக் குறளில் உள்ள கடினமான சொற்களும் அவற்றின் பொருளும்:

அறு வாய் => அறுபட்ட இடம் / குறைந்த இடம்

நிறைந்த => வளர்ந்து நிரம்பிய

அவிர் => ஒளி வீசுகின்ற

மதி => நிலா

போல => உள்ளதுபோல

மறு => கறை / களங்கம்

மாதர் => இந்தப் பெண்

முகத்து => முகத்தில்

எளிய உரை:

இந்தப் பெண்ணின் முகத்தை நிலாவுடன் ஒப்பிடுவது தவறு.

ஏனெனில், நிலா அவ்வப்போது தேயும், வளரும். அதில் கறை உண்டு. ஆனால், இந்தப் பெண்ணின் முகம் எப்போதும் கறையின்றி ஒளி வீசுகிறது!

குறள் எண்: 1118

குறள்:

மாதர் முகம் போல ஒளி விட வல்லையேல்
காதலை, வாழி, மதி

இந்தக் குறளை எப்படி மாற்றிப் படிக்கவேண்டும்:

மதி, வாழி, மாதர் முகம் போல ஒளி விட வல்லையேல் காதலை

இந்தக் குறளில் உள்ள கடினமான சொற்களும் அவற்றின் பொருளும்:

மாதர்	=>	*இந்தப் பெண்*
ஒளி விட	=>	*ஒளி வீச*
வல்லையேல்	=>	*உன்னால் இயலுமானால்*
காதலை	=>	*காதலிக்கப்படுவாய்*
வாழி	=>	*வாழ்க*
மதி	=>	*நிலா*

எளிய உரை:

நிலவே, நீ வாழ்க,

என் காதலியின் முகத்தைப்போல் உன்னால் ஒளி வீச இயலுமா? நீ அவ்வாறு ஒளி வீசினால், நான் உன்னையும் காதலிப்பேன்.

குறள் எண்: 1119

குறள்:

மலர் அன்ன கண்ணாள் முகம் ஒத்தியாயின்
பலர் காணத் தோன்றல், மதி

இந்தக் குறளை எப்படி மாற்றிப் படிக்கவேண்டும்:

மதி, மலர் அன்ன கண்ணாள் முகம் ஒத்தியாயின் பலர் காணத் தோன்றல்

இந்தக் குறளில் உள்ள கடினமான சொற்களும் அவற்றின் பொருளும்:

அன்ன => போன்ற

கண்ணாள் => கண்களை உடையவள்

ஒத்தியாயின் => ஒத்திருக்க விரும்பினால் / அதேபோல் இருக்க விரும்பினால்

காண => காணும்படி

தோன்றல் => தோன்றாதே

மதி => நிலா

எளிய உரை:

நிலவே,

மலரைப் போன்ற கண்களை உடைய என் காதலியின் முகத்தைப்போல் நீ ஒளி வீச விரும்புகிறாயா? அப்படியானால், எல்லாரும் காணும்படி வானத்தில் தோன்றாதே! (நிலாவின் அழகை எல்லாரும் ரசிக்கிறார்கள். ஆனால், என் காதலியின் அழகை நான்மட்டும்தான் ரசிப்பேன்.)

குறள் எண்: 1120

குறள்:

அனிச்சமும் அன்னத்தின் தூவியும் மாதர்
அடிக்கு நெருஞ்சிப் பழம்

இந்தக் குறளை எப்படி மாற்றிப் படிக்கவேண்டும்:

அனிச்சமும் அன்னத்தின் தூவியும் மாதர் அடிக்கு நெருஞ்சிப் பழம்

இந்தக் குறளில் உள்ள கடினமான சொற்களும் அவற்றின் பொருளும்:

அனிச்சம் => அனிச்ச மலர்

தூவி => இறகு

மாதர் => இந்தப் பெண்

அடிக்கு => காலுக்கு

நெருஞ்சிப் பழம் => நெருஞ்சி முள்

எளிய உரை:

என் காதலி மென்மையான அனிச்ச மலரையும் அன்னத்தின் சிறகையும் மிதித்துவிட்டாள். அதனால், அவளுடைய கால்கள் நோகின்றன. நெருஞ்சி முள்ளை மிதித்ததுபோல் துடிக்கிறாள் அவள்! (என் காதலி அனிச்ச மலரையும், அன்னத்தின் சிறகையும்விட மென்மையானவள்.)

அதிகாரம் 113: காதல் சிறப்பு உரைத்தல் (காதலின் சிறப்பைப் பேசுதல்)

குறள் எண்: 1121

குறள்:

பாலொடு தேன் கலந்தற்றே, பணி மொழி
வால் எயிறு ஊறிய நீர்

இந்தக் குறளை எப்படி மாற்றிப் படிக்கவேண்டும்:

பணி மொழி வால் எயிறு ஊறிய நீர் பாலொடு தேன் கலந்தற்றே

இந்தக் குறளில் உள்ள கடினமான சொற்களும் அவற்றின் பொருளும்:

பாலொடு => பாலுடன்

கலந்தற்றே => கலந்ததைப் போன்ற சுவை கொண்டது

பணி மொழி => பணிவான / மென்மையான சொற்களைப் பேசும் பெண்

வால் => தூய்மையான

எயிறு => பற்கள்

எளிய உரை:

மென்மையாகப் பேசும் இந்தப் பெண்ணின் தூய்மையான பற்களிலிருந்து ஊறும் நீர், பாலும் தேனும் கலந்தாற்போல் இனிக்கிறது!

குறள் எண்: 1122

குறள்:

உடம்பொடு உயிரிடை என்ன, மற்று அன்ன,
மடந்தையொடு எம்மிடை நட்பு

இந்தக் குறளை எப்படி மாற்றிப் படிக்கவேண்டும்:

மடந்தையொடு எம்மிடை நட்பு, உடம்பொடு உயிரிடை (நட்பு) என்ன, மற்று அன்ன

இந்தக் குறளில் உள்ள கடினமான சொற்களும் அவற்றின் பொருளும்:

உடம்பொடு => உடம்புடன்

உயிரிடை => உயிரிடத்தில்

என்ன => எப்படிப்பட்டதோ

மற்று => அசைச்சொல் (பொருள் உணர்த்தாத சொல்)

அன்ன => அப்படிப்பட்டது

மடந்தையொடு => இந்தப் பெண்ணுடன்

எம்மிடை => என்னிடத்தில்

எளிய உரை:

நானும் இவளும் உடலும் உயிரும்போல் ஒன்றானவர்கள்.

குறள் எண்: 1123

குறள்:

கரு மணியில் பாவாய், நீ போதாய். யாம் வீழும்
திரு நுதற்கு இல்லை இடம்

இந்தக் குறளை எப்படி மாற்றிப் படிக்கவேண்டும்:

யாம் வீழும் திரு நுதற்கு இடம் இல்லை. கரு மணியில் பாவாய், நீ போதாய்

இந்தக் குறளில் உள்ள கடினமான சொற்களும் அவற்றின் பொருளும்:

கரு மணியில் => கண்ணின் கருமணியில்

பாவாய் => பாவையே

போதாய் => சென்றுவிடு

யாம் => நான்

வீழும் => காதலிக்கும்

திரு => அழகிய

நுதற்கு => நெற்றியை உடைய பெண்ணுக்கு

எளிய உரை:

என் கண்ணின் கருமணியில் உள்ள பாவையே, நீ அங்கிருந்து வெளியேறிவிடு. அழகான நெற்றியை உடைய என் காதலியை நான் அங்கு குடி வைக்க விரும்புகிறேன்.

குறள் எண்: 1124

குறள்:

வாழ்தல் உயிர்க்கு அன்னள் ஆயிழை, சாதல்
அதற்கு அன்னள் நீங்கும் இடத்து

இந்தக் குறளை எப்படி மாற்றிப் படிக்கவேண்டும்:

ஆயிழை உயிர்க்கு வாழ்தல் அன்னள், நீங்கும் இடத்து அதற்குச் சாதல் அன்னள்

இந்தக் குறளில் உள்ள கடினமான சொற்களும் அவற்றின் பொருளும்:

உயிர்க்கு => உயிருக்கு

அன்னள் => போன்றவள்

ஆயிழை => ஆராய்ந்து அணிந்த அணிகலன்களை உடைய பெண்

சாதல் => இறத்தல்

நீங்கும் இடத்து => விலகும்போது

எளிய உரை:

இந்தப் பெண்ணை நெருங்கினால், என் உயிரை வாழவைக்கிறாள், விலகினால், அதைச் சாகவைக்கிறாள்.

குறள் எண்: 1125

குறள்:

உள்ளுவன் மன் யான் மறப்பின், மறப்பு அறியேன்,
ஒள் அமர்க் கண்ணாள் குணம்

இந்தக் குறளை எப்படி மாற்றிப் படிக்கவேண்டும்:

ஒள் அமர்க் கண்ணாள் குணம் யான் மறப்பின் உள்ளுவன் மன், மறப்பு அறியேன்

இந்தக் குறளில் உள்ள கடினமான சொற்களும் அவற்றின் பொருளும்:

உள்ளுவன் => நினைப்பேன்

மன் => அசைச்சொல் (பொருள் உணர்த்தாத சொல்)

யான் => நான்

மறப்பின் => மறந்தால்

மறப்பு அறியேன் => மறப்பதை அறியமாட்டேன்

ஒள் => ஒளி பொருந்திய

அமர் => போர் செய்கிற

கண்ணாள் => கண்களை உடையவள்

குணம் => பண்பு

எளிய உரை:

ஒளி வீசுகிற, போர் செய்கிற கண்களை உடைய இந்தப் பெண்ணின் அழகை நான் எப்போதும் மறப்பதில்லை. மறந்தால்தானே மீண்டும் நினைப்பதற்கு!

குறள் எண்: 1126

குறள்:

கண் உள்ளில் போகார், இமைப்பின் பருவரார்,
நுண்ணியர் எம் காதலவர்

இந்தக் குறளை எப்படி மாற்றிப் படிக்கவேண்டும்:

எம் காதலவர் கண் உள்ளில் போகார், இமைப்பின் பருவரார், நுண்ணியர்

இந்தக் குறளில் உள்ள கடினமான சொற்களும் அவற்றின் பொருளும்:

உள்ளில் => உள்ளுக்குள்ளிருந்து

போகார் => போகமாட்டார்

இமைப்பின் => கண்ணை இமைத்தால்

பருவரார் => துன்பப்படமாட்டார்

நுண்ணியர் => நுட்பமானவர்

எம் => என்

காதலவர் => காதலர்

எளிய உரை:

என் காதலன் எப்போதும் என் கண்ணுக்குள் இருக்கிறான். நான் கண்களை இமைத்தாலும் அவனுக்கு வலிக்காது. அவ்வளவு நுட்பமாக எனக்குள் குடியேறியிருக்கிறான் அவன்.

குறள் எண்: 1127

குறள்:

கண் உள்ளார் காதலவர் ஆகக் கண்ணும்
எழுதேம் கரப்பாக்கு அறிந்து

இந்தக் குறளை எப்படி மாற்றிப் படிக்கவேண்டும்:

காதலவர் கண் உள்ளார் ஆக, கரப்பாக்கு அறிந்து கண்ணும் எழுதேம்

இந்தக் குறளில் உள்ள கடினமான சொற்களும் அவற்றின் பொருளும்:

கண் உள்ளார் => கண்ணுக்குள் இருக்கிறார்

காதலவர் => காதலர்

கண்ணும் எழுதேம் => கண்ணுக்கு மையெழுதமாட்டேன்/ மை தீட்டமாட்டேன்

கரப்பாக்கு => மறைந்திருத்தல்

எளிய உரை:

என் காதலன் என் கண்ணுக்குள் இருக்கிறான். நான் அவனை எப்போதும் பார்த்துக்கொண்டிருக்கிறேன்.

ஒருவேளை, நான் என் கண்ணுக்கு மை தீட்டினால், சில விநாடிகள் கண்களை மூடவேண்டியிருக்கும். அப்போது நான் அவனைப் பார்க்கமுடியாது. அதனால், இப்போதெல்லாம் நான் என் கண்களுக்கு மை தீட்டுவதையே விட்டுவிட்டேன்!

குறள் எண்: 1128

குறள்:

நெஞ்சத்தார் காதலவர் ஆக, வெய்து உண்டல்
அஞ்சுதும் வேபாக்கு அறிந்து

இந்தக் குறளை எப்படி மாற்றிப் படிக்கவேண்டும்:

காதலர் நெஞ்சத்தார் ஆக, வேபாக்கு அறிந்து வெய்து உண்டல் அஞ்சுதும்

இந்தக் குறளில் உள்ள கடினமான சொற்களும் அவற்றின் பொருளும்:

நெஞ்சத்தார் => நெஞ்சத்தில் உள்ளார்

காதலவர் => காதலர்

வெய்து உண்டல் => சூடான உணவைச் சாப்பிடுதல்

அஞ்சுதும் => அஞ்சுவேன்

வேபாக்கு => சுடப்படுதல்

எளிய உரை:

என் காதலன் என் நெஞ்சுக்குள் இருக்கிறான். ஒருவேளை, நான் சூடான உணவைச் சாப்பிட்டால், அது அவனைச் சுட்டுவிடுமோ என்று நான் அஞ்சுகிறேன். அதனால், இப்போதெல்லாம் நான் சூடான உணவையே உண்பதில்லை!

குறள் எண்: 1129

குறள்:

இமைப்பின் கரப்பாக்கு அறிவல். அனைத்திற்கே
ஏதிலர் என்னும் இவ் ஊர்

இந்தக் குறளை எப்படி மாற்றிப் படிக்கவேண்டும்:

இமைப்பின் கரப்பாக்கு அறிவல். அனைத்திற்கே இவ் ஊர் ஏதிலர் என்னும்

இந்தக் குறளில் உள்ள கடினமான சொற்களும் அவற்றின் பொருளும்:

இமைப்பின்	=> கண்ணை இமைத்தால்
கரப்பாக்கு	=> மறைந்திருத்தல்
அறிவல்	=> அறிவேன்
அனைத்திற்கே	=> அதனால்
ஏதிலர்	=> அன்பில்லாதவர்
இவ் ஊர்	=> இந்த ஊர்

எளிய உரை:

என் காதலன் என் கண்ணுக்குள் இருக்கிறான். நான் அவனை எப்போதும் பார்த்துக்கொண்டிருக்கிறேன்.

ஒருவேளை, நான் என் கண்களை இமைத்தால், சிறிது நேரம் கண்களை மூடவேண்டியிருக்கும். அப்போது நான் அவனைப் பார்க்கமுடியாது. அதனால், இப்போதெல்லாம் நான் இமைப்பதும் இல்லை, தூங்குவதும் இல்லை.

இதைப் பார்த்த இந்த ஊர் என் காதலனைத் திட்டுகிறது, ‘உனக்கு இவள்மீது அன்பு இல்லை. நீ இவளுக்குத் தூக்கமில்லாத நோயைக் கொடுத்துவிட்டாய்’ என்று குற்றம் சாட்டுகிறது.

குறள் எண்: 1130

குறள்:

**உவந்து உறைவர் உள்ளத்துள் என்றும், இகந்து உறைவர்,
ஏதிலர் என்னும் இவ் ஊர்**

இந்தக் குறளை எப்படி மாற்றிப் படிக்கவேண்டும்:

உள்ளத்துள் என்றும் உவந்து உறைவர். இவ் ஊர், இகந்து உறைவர், ஏதிலர் என்னும்

இந்தக் குறளில் உள்ள கடினமான சொற்களும் அவற்றின் பொருளும்:

உவந்து => மகிழ்ந்து

உறைவர் => தங்குவார்

உள்ளத்துள் => உள்ளத்தில்

இகந்து => பிரிந்து

ஏதிலர் => அன்பில்லாதவர்

என்னும் => என்று சொல்லும்

இவ் ஊர் => இந்த ஊர்

எளிய உரை:

என் காதலன் எப்போதும் என் நெஞ்சில் மகிழ்ச்சியாகத் தங்கியிருக்கிறான்.

ஆனால், இந்த ஊர் அதைப் புரிந்துகொள்ளவில்லை, அவனைத் திட்டுகிறது, ‘நீ இவளைப் பிரிந்து வேறு இடத்தில் வாழ்கிறாய். உனக்கு இவள்மீது அன்பு இல்லை’ என்று குற்றம் சாட்டுகிறது.

அதிகாரம் 114: நாணுத் துறவு உரைத்தல் (காதல் மிகுவதால் நாணத்தைத் துறந்து 'மடல் ஏறுதல்' என்ற செயலின்மூலம் ஊருக்குத் தன் காதலைச் சொல்லத் துணிதல்)

குறள் எண்: 1131

குறள்:

காமம் உழந்து வருந்தினார்க்கு ஏமம்
மடல் அல்லது இல்லை வலி

இந்தக் குறளை எப்படி மாற்றிப் படிக்கவேண்டும்:

காமம் உழந்து வருந்தினார்க்கு ஏமம் மடல் அல்லது வலி இல்லை

இந்தக் குறளில் உள்ள கடினமான சொற்களும் அவற்றின் பொருளும்:

காமம் => காதல்

உழந்து => முயன்று

வருந்தினார்க்கு => வருந்தியவர்களுக்கு

ஏமம் => பாதுகாப்பு

மடல் => மடல் ஏறுதல், அதாவது, பனை மடலைக் கொண்டு குதிரை போன்ற ஓர் உருவத்தைச் செய்து, அதன்மீது ஏறி ஊரைச் சுற்றிவருதல், அதன்மூலம் ஊர் மக்களுக்குத் தன்னுடைய காதலை உணர்த்துதல்

அல்லது => இல்லாமல்

வலி => வலிமை

எளிய உரை:

தன்னுடைய காதல் நிறைவேறாமல் துன்பப்படுகிறவர்களுக்கு ஒரே உறுதியான பாதுகாப்பு, மடல் ஏறுவதுதான்.

குறள் எண்: 1132

குறள்:

நோனா உடம்பும் உயிரும் மடல் ஏறும்
நாணினை நீக்கி நிறுத்து

இந்தக் குறளை எப்படி மாற்றிப் படிக்கவேண்டும்:

நோனா உடம்பும் உயிரும் நாணினை நீக்கி நிறுத்து மடல் ஏறும்

இந்தக் குறளில் உள்ள கடினமான சொற்களும் அவற்றின் பொருளும்:

நோனா => நோவைத் தாங்காத / வலியைத் தாங்காத

மடல் ஏறும் => பனை மடலைக் கொண்டு குதிரை போன்ற ஓர் உருவத்தைச் செய்து, அதன்மீது ஏறி ஊரைச் சுற்றிவரும், அதன்மூலம் ஊர் மக்களுக்குத் தன்னுடைய காதலை உணர்த்தும்

நாணினை => வெட்கத்தை

நிறுத்து => நிறுத்திவிட்டு

எளிய உரை:

இந்தக் காதலால் என் உடலும் உயிரும் நோகின்றன. அதனால், ஊர் என்ன பேசுமோ என்கிற நாணத்தை நான் விலக்கிவைக்கிறேன், எல்லாரும் காணும்படி மடல் ஏறுகிறேன்.

குறள் எண்: 1133

குறள்:

நாணொடு நல் ஆண்மை பண்டு உடையேன், இன்று, உடையேன்
காமுற்றார் ஏறும் மடல்

இந்தக் குறளை எப்படி மாற்றிப் படிக்கவேண்டும்:

பண்டு, நாணொடு நல் ஆண்மை உடையேன், இன்று, காமுற்றார் ஏறும் மடல் உடையேன்

இந்தக் குறளில் உள்ள கடினமான சொற்களும் அவற்றின் பொருளும்:

நாணொடு => நாணத்தோடு

நல் ஆண்மை => நல்ல, உறுதியான உள்ளம்

பண்டு => முன்பு

உடையேன் => கொண்டிருந்தேன்

காமுற்றார் => காதலிப்பவர்கள்

மடல் => பனை மடலால் செய்யப்பட்ட குதிரை

எளிய உரை:

முன்பு என்னிடம் நாணமும் உறுதியான உள்ளமும் இருந்தன. ஆனால், இப்போது என்னிடம் பனை மடலால் செய்யப்பட்ட இந்தக் குதிரைமட்டும்தான் உள்ளது. (என் காதலை ஊருக்குச் சொல்லும்வகையில் நான் மடல் ஏறப்போகிறேன்.)

குறள் எண்: 1134

குறள்:

காமக் கடும் புனல் உய்க்குமே, நாணொடு
நல் ஆண்மை என்னும் புணை

இந்தக் குறளை எப்படி மாற்றிப் படிக்கவேண்டும்:

காமக் கடும் புனல் நாணொடு நல் ஆண்மை என்னும் புணை உய்க்குமே

இந்தக் குறளில் உள்ள கடினமான சொற்களும் அவற்றின் பொருளும்:

காம	=> காதல்
கடும் புனல்	=> கடுமையான வெள்ளம்
உய்க்கும்	=> அடித்துச்செல்லும்
நாணொடு	=> நாணத்தோடு
நல் ஆண்மை	=> நல்ல, உறுதியான உள்ளம்
புணை	=> தெப்பம்

எளிய உரை:

நான் காதல் வெள்ளத்தில் சிக்கித் தவித்தேன். அப்போது, நாணம், உறுதியான உள்ளம் என்கின்ற தெப்பங்கள் என்னைக் காப்பாற்றின.

ஆனால் இப்போது, அந்த வெள்ளம் இன்னும் கடுமையாகி விட்டது, என்னுடைய தெப்பங்களை அடித்துச்சென்றுவிட்டது.

குறள் எண்: 1135

குறள்:

தொடலைக் குறுந்தொடி தந்தாள் மடலொடு
மாலை உழக்கும் துயர்

இந்தக் குறளை எப்படி மாற்றிப் படிக்கவேண்டும்:

தொடலைக் குறுந்தொடி மடலொடு மாலை உழக்கும் துயர் தந்தாள்

இந்தக் குறளில் உள்ள கடினமான சொற்களும் அவற்றின் பொருளும்:

தொடலை => தொடர்ச்சியான / மாலையைப் போன்ற

குறுந்தொடி => சிறிய வளையல்களை அணிந்த பெண்

மடலொடு => மடல் ஏறுகின்ற, அதாவது, பனை மடலைக் கொண்டு குதிரை போன்ற ஓர் உருவத்தைச் செய்து, அதன்மீது ஏறி ஊரைச் சுற்றிவருகின்ற செயலோடு

உழக்கும் => வருத்துகின்ற

எளிய உரை:

சிறிய வளையல்களை மாலையைப்போல் வரிசையாக அணிந்திருக்கிற இந்தப் பெண் எனக்கு மாலைப் பொழுதின் துயரத்தைக் கொடுத்தாள், மடல் ஏறவைத்தாள்.

குறள் எண்: 1136

குறள்:

மடல் ஊர்தல் யாமத்தும் உள்ளுவேன் மன்ற,
படல் ஒல்லா பேதைக்கு என் கண்

இந்தக் குறளை எப்படி மாற்றிப் படிக்கவேண்டும்:

பேதைக்கு என் கண் படல் ஒல்லா, யாமத்தும் மடல் ஊர்தல் உள்ளுவேன் மன்ற

இந்தக் குறளில் உள்ள கடினமான சொற்களும் அவற்றின் பொருளும்:

மடல் ஊர்தல் => மடல் ஏறுதல், அதாவது, பனை மடலைக் கொண்டு குதிரை போன்ற ஓர் உருவத்தைச் செய்து, அதன்மீது ஏறி ஊரைச் சுற்றிவருதல், அதன்மூலம் ஊர் மக்களுக்குத் தன்னுடைய காதலை உணர்த்துதல்

யாமத்தும் => நடு இரவிலும்

உள்ளுவேன் => எண்ணுவேன்

மன்ற => அசைச்சொல் (பொருள் உணர்த்தாத சொல்)

படல் ஒல்லா => கண் இமைகள் ஒன்றன்மீது ஒன்று படாது / தூங்காது

பேதைக்கு => இந்தப் பெண்ணை நினைத்து

எளிய உரை:

இந்தப் பெண்ணின்மீது கொண்ட காதலால் எனக்குத் தூக்கம் வருவதில்லை. எல்லாரும் தூங்குகின்ற இந்த நள்ளிரவு நேரத்திலும் நான் மடல் ஏறுவதைப்பற்றித்தான் எண்ணிக்கொண்டிருக்கிறேன்.

குறள் எண்: 1137

குறள்:

கடல் அன்ன காமம் உழந்தும் மடல் ஏறாப்
பெண்ணின் பெருந்தக்கது இல்

இந்தக் குறளை எப்படி மாற்றிப் படிக்கவேண்டும்:

கடல் அன்ன காமம் உழந்தும் மடல் ஏறாப் பெண்ணின் பெருந்தக்கது இல்

இந்தக் குறளில் உள்ள கடினமான சொற்களும் அவற்றின் பொருளும்:

அன்ன => போன்ற

காமம் => காதல்

உழந்தும் => வருந்தியும்

மடல் ஏறா => மடல் ஏறாத

பெண்ணின் => பெண்ணைவிட

பெருந்தக்கத்து => பெருமைக்குரியது

இல் => இல்லை

எளிய உரை:

பெண்களுக்கும் காதல் வருகிறது. கடலைப் போன்ற பெரிய காதல் நோய் அவர்களையும் வருத்துகிறது. ஆனால் அப்போதும் அவர்கள் ஆண்களைப்போல் மடல் ஏறுவதில்லை. அதனால், பெண்கள் மிகவும் பெருமைக்குரியவர்கள்!

குறள் எண்: 1138

குறள்:

நிறை அரியர், மன் அளியர் என்னாது காமம்
மறை இறந்து மன்று படும்

இந்தக் குறளை எப்படி மாற்றிப் படிக்கவேண்டும்:

காமம், நிறை அரியர், மன் அளியர் என்னாது மறை இறந்து மன்று படும்

இந்தக் குறளில் உள்ள கடினமான சொற்களும் அவற்றின் பொருளும்:

நிறை => நிறைந்த பண்பு

அரியர் => அரியவர்கள்

மன் => மிகவும்

அளியர் => இரக்கத்துக்கு உரியவர்கள்

என்னாது => என்று எண்ணாமல்

காமம் => காதல்

மறை இறந்து => மறைத்துவைத்திருக்கும் உண்மையைக் கடந்து

மன்று => மன்றத்தில் / ஊருக்கு நடுவில் / பொது இடத்தில்

படும் => வெளிப்பட்டுவிடும்

எளிய உரை:

காதல் யார்மீதும் இரக்கம் காட்டுவதில்லை, எல்லாருடைய இரகசியங்களையும் ஊருக்கு நடுவில் போட்டு உடைத்து விடுகிறது.

குறள் எண்: 1139

குறள்:

அறிகிலார் எல்லாரும் என்றே என் காமம்
மறுகின் மறுகும் மருண்டு

இந்தக் குறளை எப்படி மாற்றிப் படிக்கவேண்டும்:

எல்லாரும் அறிகிலார் என்றே என் காமம் மறுகின் மருண்டு மறுகும்

இந்தக் குறளில் உள்ள கடினமான சொற்களும் அவற்றின் பொருளும்:

அறிகிலார் => அறியமாட்டார்கள்

காமம் => காதல்

மறுகின் => தெருவில்

மறுகும் => சுழலும்

மருண்டு => மயங்கி

எளிய உரை:

என் காதலைப்பற்றி இந்த ஊருக்குத் தெரியவில்லை. அதனால், அது வீதிகளில் மயங்கிச் சுழன்றுகொண்டிருக்கிறது.

குறள் எண்: 1140

குறள்:

யாம் கண்ணில் காண நகுப அறிவு இல்லார்,
யாம் பட்ட தாம் படா ஆறு

இந்தக் குறளை எப்படி மாற்றிப் படிக்கவேண்டும்:

யாம் பட்ட தாம் படா ஆறு, யாம் கண்ணில் காண அறிவு இல்லார் நகுப

இந்தக் குறளில் உள்ள கடினமான சொற்களும் அவற்றின் பொருளும்:

யாம் => நான்

நகுப => சிரிப்பார்கள்

இல்லார் => இல்லாதவர்கள்

பட்ட => அனுபவித்த துன்பங்கள்

தாம் => தாங்கள் / அவர்கள்

படா => அனுபவிக்காத

ஆறு => வழி

எளிய உரை:

நான் பட்ட காதல் துன்பத்தை இந்த ஊர் படவில்லை. அதனால், அது அறிவில்லாமல் என்னைப் பார்த்துச் சிரித்துக்கொண்டிருக்கிறது.

அதிகாரம் 115: அலர் அறிவுறுத்தல்
(காதலைப்பற்றிய ஊராரின் வம்புப் பேச்சுகள்)

குறள் எண்: 1141

குறள்:

அலர் எழ ஆர் உயிர் நிற்கும். அதனைப்
பலர் அறியார் பாக்கியத்தால்

இந்தக் குறளை எப்படி மாற்றிப் படிக்கவேண்டும்:

அலர் எழ ஆர் உயிர் நிற்கும். பாக்கியத்தால் அதனைப் பலர் அறியார்

இந்தக் குறளில் உள்ள கடினமான சொற்களும் அவற்றின் பொருளும்:

அலர் => ஊராரின் வம்புப் பேச்சு
எழ => எழுந்தால்
ஆர் உயிர் => அரிய உயிர்
நிற்கும் => நிலைத்திருக்கும்
அறியார் => அறியமாட்டார்கள்
பாக்கியத்தால் => நல்ல வாய்ப்பால் / அதிர்ஷ்டத்தால்

எளிய உரை:

எங்கள் காதலைப்பற்றி இந்த ஊர் வம்பு பேசுகிறது. ஆனால், அந்த வம்புப் பேச்சும் ஒருவிதத்தில் நல்லதுதான். அதன்மூலம் எங்கள் திருமணத்துக்கு ஒரு வழி பிறக்கக்கூடும் என்று எண்ணி என்னுடைய அரிய உயிர் நிம்மதியடைகிறது.

நல்ல வேளை, என்னுடைய இந்தப் பாக்கியத்தைப்பற்றிப் பலருக்குத் தெரியாது! (அவர்கள் விருப்பப்படி வம்பு பேசட்டும். அது எங்கள் காதலுக்கு நல்லதுதான்.)

குறள் எண்: 1142

குறள்:

மலர் அன்ன கண்ணாள் அருமை அறியாது
அலர் எமக்கு ஈந்தது இவ் ஊர்

இந்தக் குறளை எப்படி மாற்றிப் படிக்கவேண்டும்:

இவ் ஊர் மலர் அன்ன கண்ணாள் அருமை அறியாது எமக்கு அலர் ஈந்தது

இந்தக் குறளில் உள்ள கடினமான சொற்களும் அவற்றின் பொருளும்:

அன்ன => போன்ற

கண்ணாள் => கண்களை உடையவள்

அருமை => அரிய பண்பு / சிறப்பு

அறியாது => அறிந்துகொள்ளாமல்

அலர் => வம்புப் பேச்சு

எமக்கு => எங்களுக்கு

ஈந்தது => கொடுத்தது

இவ் ஊர் => இந்த ஊர்

எளிய உரை:

என் காதலி மலரைப் போன்ற கண்களை உடையவள். இவளுடைய சிறப்பைப் புரிந்துகொள்ளாமல் இந்த ஊர் எங்களைப்பற்றி வம்பு பேசுகிறது.

குறள் எண்: 1143

குறள்:

உறாஅதோ ஊர் அறிந்த கௌவை, அதனைப்
பெறாஅது பெற்றன்ன நீர்த்து

இந்தக் குறளை எப்படி மாற்றிப் படிக்கவேண்டும்:

ஊர் அறிந்த கௌவை உறாஅதோ, அதனைப் பெறாஅது பெற்றன்ன நீர்த்து

இந்தக் குறளில் உள்ள கடினமான சொற்களும் அவற்றின் பொருளும்:

உறாஅதோ => பொருந்தாதோ

கௌவை => வம்புப் பேச்சு

பெறாஅது => பெறாமல்

பெற்றன்ன => பெற்றதைப்போன்ற

நீர்த்து => தன்மையை உடையது

எளிய உரை:

இந்த ஊரார் எங்களுடைய காதலைப்பற்றி வம்பு பேசமாட்டார்களா என்று நான் ஏங்குகிறேன். ஏனெனில், எங்களைப்பற்றி ஊரார் வம்பு பேசினால், நாங்கள் இருவரும் அருகருகில் இல்லாவிட்டாலும் மிகவும் நெருங்கி இருப்பதைப்போன்ற மகிழ்ச்சி உண்டாகிறது.

குறள் எண்: 1144

குறள்:

கவ்வையால் கவ்விது காமம். அது இன்றேல்
தவ்வென்னும் தன்மை இழந்து

இந்தக் குறளை எப்படி மாற்றிப் படிக்கவேண்டும்:

காமம் கவ்வையால் கவ்விது. அது இன்றேல் (காமம்) தன்மை இழந்து தவ்வென்னும்

இந்தக் குறளில் உள்ள கடினமான சொற்களும் அவற்றின் பொருளும்:

கவ்வையால்	=>	*ஊராரின் வம்புப் பேச்சால்*
கவ்விது	=>	*விரிந்தது / பரவியது*
காமம்	=>	*காதல்*
இன்றேல்	=>	*இல்லாவிட்டால்*
தவ்வென்னும்	=>	*சுருங்கிவிடும்*
தன்மை	=>	*இயல்பு*

எளிய உரை:

ஊரார் வம்பு பேசினால், காதல் இன்னும் நன்றாக வளர்கிறது. யாரும் வம்பு பேசாவிட்டால், காதல் சுருங்கிவிடுகிறது.

குறள் எண்: 1145

குறள்:

களித்தொறும் கள் உண்டல் வேட்டற்றால் காமம்
வெளிப்படுந்தோறும் இனிது

இந்தக் குறளை எப்படி மாற்றிப் படிக்கவேண்டும்:

களித்தொறும் கள் உண்டல் வேட்டற்றால் காமம் வெளிப்படுந்தோறும் இனிது

இந்தக் குறளில் உள்ள கடினமான சொற்களும் அவற்றின் பொருளும்:

களித்தொறும்	=>	*மகிழும்போதெல்லாம்*
உண்டல்	=>	*உண்ணுதல் / அருந்துதல்*
வேட்டற்றால்	=>	*விருப்பம் உண்டாவதைப்போல*
காமம்	=>	*காதல்*
வெளிப்படுந்தோறும்	=>	*(ஊராருடைய வம்புப் பேச்சில்) வெளிப்படும்போதெல்லாம்*
இனிது	=>	*இனியது*

எளிய உரை:

குடிகாரர்கள் கள்ளைக் குடிக்கக் குடிக்க, இன்னும் கள் வேண்டும் என்று விரும்புவார்கள்.

அதுபோல, எங்களைப்பற்றி ஊரார் வம்பு பேசப் பேச, எங்கள் காதல் இன்னும் இனிக்கிறது.

குறள் எண்: 1146

குறள்:

கண்டது மன்னும் ஒரு நாள், அலர் மன்னும்
திங்களைப் பாம்பு கொண்டற்று

இந்தக் குறளை எப்படி மாற்றிப் படிக்கவேண்டும்:

கண்டது ஒரு நாள் மன்னும். அலர், திங்களைப் பாம்பு கொண்டற்று மன்னும்

இந்தக் குறளில் உள்ள கடினமான சொற்களும் அவற்றின் பொருளும்:

கண்டது => பார்த்தது

மன்னும் => அசைச்சொல் (பொருள் உணர்த்தாத சொல்)

அலர் => ஊராரின் வம்புப் பேச்சு

திங்களை => நிலாவை

கொண்டற்று => விழுங்கியதைப்போல

எளிய உரை:

நாங்கள் இருவரும் சந்தித்தது ஒரு நாள்தான். ஆனால், பல நாட்களாக எங்களைப்பற்றி ஊர் வம்பு பேசிக்கொண்டிருக்கிறது.

சந்திர கிரகணத்தின்போது நிலாவைப் பாம்பு விழுங்குவதாகச் சொல்வார்கள். அதை ஊரே கூடி நின்று பார்க்கும். அதுபோல, எங்கள் காதலும் ஊர் அறிந்த இரகசியமாகிவிட்டது.

குறள் எண்: 1147

குறள்:

ஊரவர் கெளவை எரு ஆக, அன்னை சொல்
நீர் ஆக நீளும் இந் நோய்

இந்தக் குறளை எப்படி மாற்றிப் படிக்கவேண்டும்:

ஊரவர் கெளவை எரு ஆக, அன்னை சொல் நீர் ஆக இந் நோய் நீளும்

இந்தக் குறளில் உள்ள கடினமான சொற்களும் அவற்றின் பொருளும்:

ஊரவர் => ஊர் மக்கள்

கெளவை => வம்புப்பேச்சு

எரு => உரம்

நீளும் => தொடரும் / வளரும்

இந் நோய் => இந்த நோய்

எளிய உரை:

இந்த ஊர் எங்களைப்பற்றி வம்பு பேசுகிறது, அதன்மூலம், எங்களுடைய காதல் நோய் என்கின்ற பயிருக்கு உரம் போடுகிறது.

என் தாய் ஊராரின் வம்புப் பேச்சைக் கேட்டுச் சினம் கொள்கிறார், என்னைக் கண்டிக்கிறார், அவருடைய சொற்கள் இந்தப் பயிருக்கு நீர் ஊற்றுகின்றன.

மொத்தத்தில், வம்புப் பேச்சின்மூலம் எங்கள் காதல் செழித்து வளர்கிறது.

குறள் எண்: 1148

குறள்:

நெய்யால் எரி நுதுப்பேம் என்றற்றால், கௌவையால்
காமம் நுதுப்பேம் எனல்

இந்தக் குறளை எப்படி மாற்றிப் படிக்கவேண்டும்:

கௌவையால் காமம் நுதுப்பேம் எனல் நெய்யால் எரி நுதுப்பேம் என்றற்றால்

இந்தக் குறளில் உள்ள கடினமான சொற்களும் அவற்றின் பொருளும்:

நெய்யால்	=> நெய்யைக் கொண்டு
எரி	=> நெருப்பு
நுதுப்பேம்	=> அணைத்துவிடுவோம்
என்றற்றால்	=> என்பதைப்போன்றது
கௌவையால்	=> ஊராரின் வம்புப் பேச்சால்
காமம்	=> காதல்
எனல்	=> என்று சொல்லுதல்

எளிய உரை:

நெய்யைக் கொட்டித் தீயை அணைக்கமுடியுமா? (முடியாது.)

அதுபோல, ஊராரின் வம்புப் பேச்சுகள் காதலை அணைக்காது, இன்னும் நன்றாக வளர்க்கும்.

குறள் எண்: 1149

குறள்:

அலர் நாண ஒல்வதோ, அஞ்சல் ஓம்பு என்றார்
பலர் நாண நீத்தக்கடை

இந்தக் குறளை எப்படி மாற்றிப் படிக்கவேண்டும்:

பலர் நாண, அஞ்சல் ஓம்பு என்றார் நீத்தக்கடை அலர் நாண ஒல்வதோ!

இந்தக் குறளில் உள்ள கடினமான சொற்களும் அவற்றின் பொருளும்:

அலர்	=> *ஊராரின் வம்புப் பேச்சு*
நாண	=> *நாணம் கொள்ள*
ஒல்வதோ	=> *முடியுமா?*
அஞ்சல்	=> *அஞ்சவேண்டாம்*
ஓம்பு	=> *காப்பாற்றிக்கொள்*
என்றார்	=> *என்றவர்*
நீத்தக்கடை	=> *நீங்கியபோது*

எளிய உரை:

எங்கள் காதலைப்பற்றி இந்த ஊர் வம்பு பேசியது. ஆனால், 'அதை எண்ணி அஞ்சாதே. நான் இருக்கிறேன்' என்று என் காதலன் எனக்கு உறுதி சொன்னான். அதைக் கேட்டு இந்த ஊர் வெட்கப்பட்டு நின்றது.

இப்போது, என் காதலன் என்னை விட்டுப் பிரிந்து சென்றுள்ளான். மறுபடியும் இந்த ஊர் எங்களைப்பற்றி வம்பு பேசுகிறது. ஆனால், அதை எண்ணி நான் வெட்கப்படுவேனா? (மாட்டேன். ஏனெனில், என் காதலன் விரைவில் திரும்பி வருவான், என்னை மணந்துகொள்வான்.)

குறள் எண்: 1150

குறள்:

தாம் வேண்டின் நல்குவர் காதலர். யாம் வேண்டும்
கௌவை எடுக்கும் இவ் ஊர்

இந்தக் குறளை எப்படி மாற்றிப் படிக்கவேண்டும்:

யாம் வேண்டும் கௌவை இவ் ஊர் எடுக்கும். காதலர் வேண்டின் தாம் நல்குவர்

இந்தக் குறளில் உள்ள கடினமான சொற்களும் அவற்றின் பொருளும்:

தாம் => அவர்

வேண்டின் => விரும்பினால்

நல்குவர் => வழங்குவார்

யாம் => நான்

வேண்டும் => விரும்புகிற

கௌவை => வம்புப் பேச்சு

எடுக்கும் => உண்டாக்கும்

இவ் ஊர் => இந்த ஊர்

எளிய உரை:

நான் நினைத்தபடி இந்த ஊர் எங்களைப்பற்றி வம்பு பேசுகிறது.

என் மனத்தில் இருக்கும் இதே ஆசைதான் என் காதலன் மனத்திலும் இருக்கும். அதனால், அவனே எங்கள் திருமணத்துக்கான ஏற்பாடுகளைச் செய்வான்.

இயல் - ௯

கற்பு இயல்

அதிகாரம் 116: பிரிவு ஆற்றாமை (பிரிவுத் துயரம்)

குறள் எண்: 1151

குறள்:

> செல்லாமை உண்டேல் எனக்கு உரை, மற்று, நின்
> வல் வரவு வாழ்வார்க்கு உரை

இந்தக் குறளை எப்படி மாற்றிப் படிக்கவேண்டும்:

> செல்லாமை உண்டேல் எனக்கு உரை, மற்று, நின் வல் வரவு வாழ்வார்க்கு உரை

இந்தக் குறளில் உள்ள கடினமான சொற்களும் அவற்றின் பொருளும்:

செல்லாமை => பிரிந்து செல்லாமல் இருப்பது
உண்டேல் => உண்டென்றால்
உரை => சொல்
மற்று => அவ்வாறன்றி
நின் => உன்னுடைய
வல் => விரைவான
வரவு => வருகை
வாழ்வார்க்கு => உயிரோடு இருப்பவர்களுக்கு

எளிய உரை:

நான் உன்னை விட்டுப் பிரிந்து செல்லமாட்டேன் என்று சொல். விரைவில் திரும்பி வந்துவிடுவேன் என்றெல்லாம் சொல்லாதே. அதுபோன்ற சொற்களெல்லாம் உன்னைப் பிரிந்து உயிர் வாழ்கிறவர்களுக்குத்தான் பயன்படும். (உன்னைப் பிரிந்தால் நான் உயிர் வாழமாட்டேன்.)

குறள் எண்: 1152

குறள்:

இன்கண் உடைத்து அவர் பார்வல். பிரிவு அஞ்சும்
புன்கண் உடைத்து ஆல் புணர்வு

இந்தக் குறளை எப்படி மாற்றிப் படிக்கவேண்டும்:

அவர் பார்வல் இன்கண் உடைத்து. புணர்வு பிரிவு அஞ்சும் புன்கண் உடைத்து ஆல்

இந்தக் குறளில் உள்ள கடினமான சொற்களும் அவற்றின் பொருளும்:

இன்கண் உடைத்து => இன்பத்தைத் தந்தது

பார்வல் => பார்வை

பிரிவு அஞ்சும் => பிரிவை எண்ணி அஞ்சுகின்ற

புன்கண் உடைத்து => துன்பத்தைத் தருகிறது

ஆல் => அசைச்சொல் (பொருள் உணர்த்தாத சொல்)

புணர்வு => ஒன்றுகூடல்

எளிய உரை:

முன்பு, அவனுடைய பார்வையே எனக்கு இன்பத்தைக் கொடுத்தது.

ஆனால் இப்போது, அவன் என்னைக் கட்டித் தழுவினால்கூடத் துன்பம்தான் வருகிறது, அவன் என்னை விட்டுப் பிரிந்து சென்றுவிடுவானோ என்கிற அச்சம்தான் வருகிறது.

குறள் எண்: 1153

குறள்:

அரிது அரோ தேற்றம், அறிவு உடையார்கண்ணும்
பிரிவு ஓர் இடத்து உண்மையான்

இந்தக் குறளை எப்படி மாற்றிப் படிக்கவேண்டும்:

அறிவு உடையார்கண்ணும் ஓர் இடத்துப் பிரிவு உண்மையான் தேற்றம் அரிது அரோ

இந்தக் குறளில் உள்ள கடினமான சொற்களும் அவற்றின் பொருளும்:

அரிது => அரியது / முடியாதது

அரோ => அசைச்சொல் (பொருள் உணர்த்தாத சொல்)

தேற்றம் => ஆறுதல் / தேறுதல் / தெளிதல்

அறிவு => பிரிவினால் உண்டாகும் துன்பத்தை அறிந்திருந்தல்

உடையார்கண்ணும் => உடையவர்களிடமும்

ஓர் இடத்து => ஓர் இடத்தில்

உண்மையான் => உண்மையாக நிகழ்வதால்

எளிய உரை:

காதலில் பிரிவு வரக்கூடும் என்பது என் அறிவுக்குத் தெரியும். ஆனால், அதை என் மனத்துக்குப் புரியவைத்துத் தேற்றத்தான் முடியவில்லை.

குறள் எண்: 1154

குறள்:

அளித்து அஞ்சல் என்றவர் நீப்பின் தெளித்த சொல்
தேறியார்க்கு உண்டோ தவறு

இந்தக் குறளை எப்படி மாற்றிப் படிக்கவேண்டும்:

அளித்து அஞ்சல் என்றவர் நீப்பின் தெளித்த சொல் தேறியார்க்குத் தவறு உண்டோ?

இந்தக் குறளில் உள்ள கடினமான சொற்களும் அவற்றின் பொருளும்:

அளித்து => அன்பைப் பொழிந்து

அஞ்சல் => அஞ்சவேண்டாம்

என்றவர் => என்று சொன்னவர்

நீப்பின் => பிரிந்து சென்றால்

தெளித்த => தெளிவாகச் சொன்ன

தேறியார்க்கு => உண்மை என்று நம்பித் தெளிந்தவர்களுக்கு

தவறு => குற்றம்

எளிய உரை:

அவன் என்மீது அன்பைப் பொழிந்தான், 'அஞ்சாதே, நான் எப்போதும் உன்னுடன் இருப்பேன்' என்று உறுதி சொன்னான்.

ஆனால், இப்போது அவன் என்னை விட்டுப் பிரிந்து சென்றுவிட்டான். அவன் பேச்சை நம்பியதுதான் நான் செய்த குற்றமா?

குறள் எண்: 1155

குறள்:

ஓம்பின், அமைந்தார் பிரிவு ஓம்பல், மற்று அவர்
நீங்கின் அரிது ஆல் புணர்வு

இந்தக் குறளை எப்படி மாற்றிப் படிக்கவேண்டும்:

ஓம்பின், அமைந்தார் பிரிவு ஓம்பல், மற்று அவர் நீங்கின் புணர்வு அரிது ஆல்

இந்தக் குறளில் உள்ள கடினமான சொற்களும் அவற்றின் பொருளும்:

ஓம்பின் => காப்பாற்றவேண்டுமென்றால்

அமைந்தார் => எனக்காக அமைந்த என் காதலன்

ஓம்பல் => தடுங்கள்

மற்று => மற்றபடி

நீங்கின் => நீங்கிச் சென்றால்

அரிது => அரியதாகிவிடும் / முடியாத செயலாகிவிடும்

ஆல் => அசைச்சொல் (பொருள் உணர்த்தாத சொல்)

புணர்வு => கூடல்

எளிய உரை:

என் உயிரைக் காப்பாற்றவேண்டுமென்றால், என் காதலன் என்னை விட்டுப் பிரிந்து செல்லாமல் தடுத்து நிறுத்துங்கள்.

ஒருவேளை, அவன் என்னை விட்டுப் பிரிந்து சென்றுவிட்டால், அதன்பிறகு நாங்கள் ஒன்றுசேர்வது கடினமாகிவிடும்.

குறள் எண்: 1156

குறள்:

பிரிவு உரைக்கும் வன்கண்ணர் ஆயின் அரிது அவர்
நல்குவர் என்னும் நசை

இந்தக் குறளை எப்படி மாற்றிப் படிக்கவேண்டும்:

அவர் பிரிவு உரைக்கும் வன்கண்ணர் ஆயின், (அவர்) நல்குவர் என்னும் நசை அரிது

இந்தக் குறளில் உள்ள கடினமான சொற்களும் அவற்றின் பொருளும்:

உரைக்கும் => சொல்லும்

வன்கண்ணர் => கொடுமையானவர்

ஆயின் => ஆனால்

அரிது => அரிய / முடியாத செயல்

நல்குவர் => அன்பை வழங்குவார் / விரும்புவார்

நசை => ஆசை

எளிய உரை:

என் காதலன் என்மீது அன்பைப் பொழியவேண்டும் என்று ஆசைப்பட்டேன். ஆனால் அவனோ என்னை விட்டுப் பிரிந்து செல்லப்போவதாகச் சொல்கிறான். இந்தக் கொடிய சொற்களைக் கேட்டபிறகு என்னுடைய ஆசை எப்படி நிறைவேறும்?

குறள் எண்: 1157

குறள்:

துறைவன் துறந்தமை தூற்றாகொல், முன் கை
இறை இறவா நின்ற வளை

இந்தக் குறளை எப்படி மாற்றிப் படிக்கவேண்டும்:

முன் கை இறை இறவா நின்ற வளை துறைவன் துறந்தமை தூற்றாகொல்

இந்தக் குறளில் உள்ள கடினமான சொற்களும் அவற்றின் பொருளும்:

துறைவன்	=>	*தலைவன் / காதலன்*
துறந்தமை	=>	*என்னை விட்டுச் சென்ற தன்மை*
தூற்றாகொல்	=>	*எல்லாருக்கும் அறிவிக்காதா?*
இறை	=>	*மணிக்கட்டு*
இறவா நின்ற	=>	*கழன்ற*
வளை	=>	*வளையல்கள்*

எளிய உரை:

என் காதலன் என்னை விட்டுப் பிரிந்து சென்றுவிட்டான். அதனால், நான் உடல் மெலிகிறேன். என்னுடைய முன் கையில் இருக்கும் வளையல்கள் மணிக்கட்டிலிருந்து கழன்று விழுகின்றன, என்னுடைய பிரிவுத் துன்பத்தை ஊராருக்கு அறிவிக்கின்றன!

குறள் எண்: 1158

குறள்:

இன்னாது இனன் இல் ஊர் வாழ்தல். அதனினும்
இன்னாது இனியார்ப் பிரிவு

இந்தக் குறளை எப்படி மாற்றிப் படிக்கவேண்டும்:

இனன் இல் ஊர் வாழ்தல் இன்னாது. இனியார்ப் பிரிவு அதனினும் இன்னாது

இந்தக் குறளில் உள்ள கடினமான சொற்களும் அவற்றின் பொருளும்:

இன்னாது	=>	*துன்பமானது*
இனன்	=>	*இனத்தவர் / தோழிகள்*
இல்	=>	*இல்லாத*
ஊர் வாழ்தல்	=>	*ஊரில் வாழ்வது*
அதனினும்	=>	*அதைவிட*
இனியார்	=>	*இனிய காதலன்*

எளிய உரை:

தோழிகள் இல்லாத ஊரில் வாழ்வது பெரிய துன்பம். காதலனைப் பிரிந்து வாழ்வது அதைவிடப் பெரிய துன்பம்.

குறள் எண்: 1159

குறள்:

தொடின் சுடின் அல்லது காம நோய்போல
விடின் சுடல் ஆற்றுமோ தீ

இந்தக் குறளை எப்படி மாற்றிப் படிக்கவேண்டும்:

தீ தொடின் சுடின் அல்லது காம நோய் போல விடின் சுடல் ஆற்றுமோ?

இந்தக் குறளில் உள்ள கடினமான சொற்களும் அவற்றின் பொருளும்:

தொடின்	=> தொட்டால்
சுடின்	=> சுடும்
அல்லது	=> அப்படியின்றி
காம	=> காதல்
விடின்	=> விட்டால் / விலகினால்
சுடல்	=> சுடுதல்
ஆற்றுமோ	=> செய்யக்கூடியதோ?

எளிய உரை:

நெருப்புகூட தொட்டால்தான் சுடும். ஆனால், இந்தக் காதல் நோய் அதைவிடக் கொடுமையானது, காதலனை விட்டுப் பிரிந்தாலே சுடுகிறது.

குறள் எண்: 1160

குறள்:

அரிது ஆற்றி, அல்லல் நோய் நீக்கிப் பிரிவு ஆற்றிப்
பின் இருந்து வாழ்வார் பலர்

இந்தக் குறளை எப்படி மாற்றிப் படிக்கவேண்டும்:

அரிது ஆற்றி, அல்லல் நோய் நீக்கி, பிரிவு ஆற்றிப் பின் இருந்து வாழ்வார் பலர்

இந்தக் குறளில் உள்ள கடினமான சொற்களும் அவற்றின் பொருளும்:

அரிது => பிரிவை ஏற்றிக்கொள்ளும் அரிய செயல்

ஆற்றி => மனத்தைத் தேற்றிக்கொண்டு

அல்லல் => துன்பம்

பிரிவு ஆற்றி => பிரிவைத் தாங்கிக்கொண்டு

வாழ்வார் => வாழ்கிறவர்கள்

எளிய உரை:

இந்த உலகத்தில் பல பெண்கள் தங்கள் காதலனுடைய பிரிவைத் தாங்கிக்கொள்கிறார்கள், அதனால் வருகிற காதல் நோயையும் பொறுத்துக்கொண்டு உயிர் வாழ்கிறார்கள். இது பெரிய வியப்புதான்!

அதிகாரம் 117: படர் மெலிந்து இரங்கல்
(காதலனைப் பிரிந்த காதலி உடல் மெலிந்து வாடுதல்)

குறள் எண்: 1161

குறள்:

மறைப்பேன் மன் யான் இஃதோ நோயை இறைப்பவர்க்கு
ஊற்று நீர் போல மிகும்

இந்தக் குறளை எப்படி மாற்றிப் படிக்கவேண்டும்:

நோயை யான் மறைப்பேன் மன்! இஃதோ இறைப்பவர்க்கு ஊற்று நீர் போல மிகும்

இந்தக் குறளில் உள்ள கடினமான சொற்களும் அவற்றின் பொருளும்:

மறைப்பேன் => மறைத்துவைப்பேன்

மன் => அசைச்சொல் (பொருள் உணர்த்தாத சொல்)

யான் => நான்

இஃதோ => இதுவோ

இறைப்பவர்க்கு => நீர் இறைப்பவர்களுக்கு

மிகும் => பெருகும்

எளிய உரை:

என்னுடைய காதல் நோயை மறைத்துவைக்கவேண்டும் என்றுதான் முயற்சி செய்கிறேன். ஆனால், இறைக்க இறைக்கப் பொங்குகிற ஊற்று நீரைப்போல் இந்த நோய் மேலும் மேலும் பெருகுகிறது.

குறள் எண்: 1162

குறள்:

கரத்தலும் ஆற்றேன் இந் நோயை, நோய் செய்தார்க்கு
உரைத்தலும் நாணுத் தரும்

இந்தக் குறளை எப்படி மாற்றிப் படிக்கவேண்டும்:

இந் நோயைக் கரத்தலும் ஆற்றேன், நோய் செய்தார்க்கு (இந் நோயை) உரைத்தலும் நாணுத் தரும்

இந்தக் குறளில் உள்ள கடினமான சொற்களும் அவற்றின் பொருளும்:

கரத்தலும் => மறைப்பதும்

ஆற்றேன் => என்னால் தாங்கிக்கொள்ள இயலவில்லை

இந் நோயை => இந்த நோயை

நோய் செய்தார்க்கு => நோயை உண்டாக்கியவருக்கு

உரைத்தலும் => சொல்லுவதும்

நாணு => நாணம் / வெட்கம்

எளிய உரை:

இந்தக் காதல் நோயை என்னால் மறைக்கமுடியவில்லை. இந்த நோயை உண்டாக்கிய என் காதலனிடம் சென்று இதைப்பற்றிப் பேசலாம் என்றால், கூச்சமாக இருக்கிறது. நான் என்ன செய்வேன்?

குறள் எண்: 1163

குறள்:

காமமும் நாணும் உயிர் காவாத் தூங்கும் என்
நோனா உடம்பின் அகத்து

இந்தக் குறளை எப்படி மாற்றிப் படிக்கவேண்டும்:

என் நோனா உடம்பின் அகத்து, காமமும் நாணும் உயிர் காவாத் தூங்கும்

இந்தக் குறளில் உள்ள கடினமான சொற்களும் அவற்றின் பொருளும்:

காமம் => காதல்

நாண் => நாணம் / வெட்கம்

காவா => சுமையைத் தாங்கும் கொம்பாக

தூங்கும் => தொங்கும்

நோனா => தாங்கமுடியாத / பொறுக்கமுடியாத

அகத்து => உள்ளே

எளிய உரை:

என் உடம்பு காதல் துன்பத்தைத் தாங்கமுடியாமல் வாடுகிறது. அந்த உடம்புக்குள் இருக்கும் என் உயிரின் இரு பக்கங்களிலும் காதலும் நாணமும் சுமையாகத் தொங்குகின்றன.

குறள் எண்: 1164

குறள்:

காமக் கடல் மன்னும் உண்டே. அது நீந்தும்
ஏமப் புணை மன்னும் இல்

இந்தக் குறளை எப்படி மாற்றிப் படிக்கவேண்டும்:

காமக் கடல் மன்னும் உண்டே. அது நீந்தும் ஏமப் புணை மன்னும் இல்

இந்தக் குறளில் உள்ள கடினமான சொற்களும் அவற்றின் பொருளும்:

காம => காதல்

மன்னும் => அசைச்சொல் (பொருள் உணர்த்தாத சொல்)

அது நீந்தும் => அதை நீந்திக் கடக்கும்

ஏம => பாதுகாப்பு

புணை => தெப்பம்

இல் => இல்லை

எளிய உரை:

எனக்கு முன்னால் காதல் என்கிற கடல் இருக்கிறது. ஆனால், அந்தக் கடலைப் பாதுகாப்பாகக் கடப்பதற்கு ஏற்ற தெப்பம் எதுவும் இல்லை. நான் என்ன செய்வேன்!

குறள் எண்: 1165

குறள்:

> **துப்பின் எவன் ஆவர் மன் கொல், துயர் வரவு**
> **நட்பினுள் ஆற்றுபவர்**

இந்தக் குறளை எப்படி மாற்றிப் படிக்கவேண்டும்:

நட்பினுள் துயர் வரவு ஆற்றுபவர் துப்பின் எவன் ஆவர் மன் கொல்

இந்தக் குறளில் உள்ள கடினமான சொற்களும் அவற்றின் பொருளும்:

துப்பின் => பகைமையின்போது

எவன் ஆவர் => எப்படிப்பட்டவராக இருப்பார்

மன் => அசைச்சொல் (பொருள் உணர்த்தாத சொல்)

கொல் => அசைச்சொல் (பொருள் உணர்த்தாத சொல்)

துயர் வரவு => துயரம் உண்டாதல்

நட்பினுள் => நட்பாக இருக்கும்போது

ஆற்றுபவர் => உண்டாக்குபவர்

எளிய உரை:

என் காதலன் என்னுடைய நண்பன்தான். ஆனால், இவன் எனக்கு மிகுந்த துயரத்தைத் தருகிறான்.

ஒருவேளை, இவன் என்னுடைய பகைவனாக இருந்திருந்தால் இன்னும் எப்படிப்பட்ட துயரத்தைத் தருவானோ!

குறள் எண்: 1166

குறள்:

இன்பம் கடல் மற்றுக் காமம் அஃது அடுங்கால்
துன்பம் அதனின் பெரிது

இந்தக் குறளை எப்படி மாற்றிப் படிக்கவேண்டும்:

காம இன்பம் கடல். மற்று அஃது அடுங்கால் துன்பம் அதனின் பெரிது

இந்தக் குறளில் உள்ள கடினமான சொற்களும் அவற்றின் பொருளும்:

மற்று => பிறகு

காமம் => காதல்

அஃது => அது

அடுங்கால் => வருத்தும்போது / துன்பத்தைத் தரும்போது

அதனின் => அதைவிட

எளிய உரை:

காதல் என்பது மிகப் பெரிய இன்பக் கடல்.

ஆனால், காதலன் பிரிந்து செல்லும்போது உண்டாகும் துன்பக் கடல் அதைவிடப் பெரியது.

குறள் எண்: 1167

குறள்:

> **காமக் கடும் புனல் நீந்திக் கரை காணேன்,**
> **யாமத்தும் யானே உளேன்**

இந்தக் குறளை எப்படி மாற்றிப் படிக்கவேண்டும்:

> **காமக் கடும் புனல் நீந்திக் கரை காணேன், யாமத்தும் யானே உளேன்**

இந்தக் குறளில் உள்ள கடினமான சொற்களும் அவற்றின் பொருளும்:

காம => காதல்

கடும் => கடுமையான

புனல் => நீர் வெள்ளம்

காணேன் => காணவில்லை

யாமத்தும் => பாதி இரவிலும்

யானே => நான்மட்டும்

உளேன் => தனியாக இருக்கின்றேன்

எளிய உரை:

> *உலகமெல்லாம் தூங்குகின்ற இந்த நள்ளிரவு நேரத்திலும் நான்மட்டும் தனியாக விழித்திருக்கிறேன், காதல் வெள்ளத்தில் சிக்கித் தத்தளிக்கிறேன், இந்தப் பெரிய கடலின் கரையைக் கண்டுபிடிக்கமுடியாமல் தவிக்கிறேன்.*

குறள் எண்: 1168

குறள்:

மன் உயிர் எல்லாம் துயிற்றி, அளித்து இரா,
என் அல்லது இல்லை துணை

இந்தக் குறளை எப்படி மாற்றிப் படிக்கவேண்டும்:

இரா அளித்து! மன் உயிர் எல்லாம் துயிற்றி, என் அல்லது துணை இல்லை

இந்தக் குறளில் உள்ள கடினமான சொற்களும் அவற்றின் பொருளும்:

மன் உயிர் => நிலைத்த உயிர்கள்

துயிற்றி => தூங்கச்செய்து

அளித்து => இரக்கத்துக்கு உரியது

இரா => இரவு

என் அல்லது => என்னைத் தவிர

எளிய உரை:

இந்த இரவுப் பொழுதைப் பார்த்தால் எனக்கு இரக்கம்தான் வருகிறது. ஏனென்றால், இந்த இரவு நிலைத்த உயிர்கள் அனைத்தையும் உறங்கச்செய்துவிட்டது. இனிமேல் இரவுக்கு நான்மட்டும்தான் துணை!

குறள் எண்: 1169

குறள்:

கொடியார் கொடுமையின் தாம் கொடிய, இந் நாள்
நெடிய கழியும் இரா

இந்தக் குறளை எப்படி மாற்றிப் படிக்கவேண்டும்:

இந் நாள் நெடிய கழியும் இரா கொடியார் கொடுமையின் தாம் கொடிய

இந்தக் குறளில் உள்ள கடினமான சொற்களும் அவற்றின் பொருளும்:

கொடியார் => கொடியவர்கள்

கொடுமையின் => கொடுமையைவிட

தாம் => தான்

கொடிய => கொடியது

இந் நாள் => இந்த நாட்களில் / இப்போதெல்லாம்

நெடிய => நீண்டு

கழியும் => கழிகின்ற / செல்கின்ற

இரா => இரவு

எளிய உரை:

இந்த உலகத்தின் மிகப் பெரிய கொடுமை, காதலன் அருகில் இல்லாத நீண்ட இரவுப் பொழுதுதான்!

குறள் எண்: 1170

குறள்:

உள்ளம் போன்று உள் வழிச் செல்கிற்பின் வெள்ள நீர்
நீத்தல மன்னோ என் கண்

இந்தக் குறளை எப்படி மாற்றிப் படிக்கவேண்டும்:

உள்ளம் போன்று உள் வழி செல்கிற்பின் என் கண் வெள்ள நீர்
நீத்தல மன்னோ

இந்தக் குறளில் உள்ள கடினமான சொற்களும் அவற்றின் பொருளும்:

உள் வழி => காதலன் இருக்கும் இடம்

செல்கிற்பின் => சென்றால்

நீத்தல => நீந்தாது

மன்னோ => அசைச்சொல் (பொருள் உணர்த்தாத சொல்)

எளிய உரை:

என் காதலன் என்னைப் பிரிந்து சென்றுவிட்டான். என் நெஞ்சம் அவனைத் தேடிக்கொண்டு சென்றுவிட்டது.

ஆனால், என்னுடைய கண்களால் அப்படிச் செல்ல இயலவில்லை. அதனால், அவை இங்கேயே இருந்து கண்ணீர் வெள்ளத்தில் நீந்திக்கொண்டிருக்கின்றன.

அதிகாரம் 118: கண் விதுப்பு அழிதல் (கண்கள் காதலனைக் காண விரும்பி வருந்துதல்)

குறள் எண்: 1171

குறள்:

கண் தாம் கலுழ்வது எவன்கொலோ, தண்டா நோய்
தாம் காட்ட யாம் கண்டது

இந்தக் குறளை எப்படி மாற்றிப் படிக்கவேண்டும்:

கண் தாம் காட்டத் தண்டா நோய் யாம் கண்டது. (கண்) தாம் கலுழ்வது எவன்கொலோ

இந்தக் குறளில் உள்ள கடினமான சொற்களும் அவற்றின் பொருளும்:

தாம்	=> *தாங்களே*
கலுழ்வது	=> *அழுவது*
எவன்கொலோ	=> *எதனால்*
தண்டா	=> *தணியாத / குறையாத*
தாம் காட்ட	=> *தாங்கள் காண்பிக்க*
யாம்	=> *நான்*

எளிய உரை:

இந்தக் கண்கள்தான் என் காதலனை எனக்குக் காண்பித்தன, எனக்குள் தணியாத காதல் நோயை உண்டாக்கின.

ஆனால் இப்போது, அதே கண்கள் அவனை நினைத்து அழுகின்றன. இது ஏனோ!

குறள் எண்: 1172

குறள்:

தெரிந்து உணரா நோக்கிய உண் கண் பரிந்து உணராப்
பைதல் உழப்பது எவன்

இந்தக் குறளை எப்படி மாற்றிப் படிக்கவேண்டும்:

தெரிந்து உணரா நோக்கிய உண் கண் பரிந்து உணராப் பைதல் உழப்பது எவன்

இந்தக் குறளில் உள்ள கடினமான சொற்களும் அவற்றின் பொருளும்:

தெரிந்து => ஆராய்ந்து

உணரா => உணராமல்

நோக்கிய => பார்த்த

உண் கண் => மையுண்ட / மை பூசிய கண்கள்

பரிந்து => பரிவுடன் சிந்தித்து

பைதல் => துன்பம்

உழப்பது => வருந்துவது

எவன் => ஏன்

எளிய உரை:

என்னுடைய மை பூசிய கண்கள் என் காதலனைக் கண்டன. இவனைக் கண்டால் இவளுடைய நிலை என்ன ஆகுமோ என்றெல்லாம் அவை சிந்திக்கவில்லை, அவனை ஆசை தீரப் பார்த்தன. அதனால் எனக்குக் காதல் நோய் வந்துவிட்டது.

ஆனால் இப்போது, அதே கண்கள் என்னுடைய காதலைப் புரிந்துகொள்ளாமல் துன்பப்பட்டு வருந்தி அழுகின்றன. இது ஏனோ!

குறள் எண்: 1173

குறள்:

கதும் எனத் தாம் நோக்கித் தாமே கலுழும்.
இது நகத்தக்கது உடைத்து

இந்தக் குறளை எப்படி மாற்றிப் படிக்கவேண்டும்:

தாம் கதும் என நோக்கித் தாமே கலுழும். இது நகத்தக்கது உடைத்து

இந்தக் குறளில் உள்ள கடினமான சொற்களும் அவற்றின் பொருளும்:

கதும் என	*=> விரைவாக*
தாம்	*=> தாங்கள்*
நோக்கி	*=> பார்த்து*
தாமே	*=> தாங்களே*
கலுழும்	*=> அழும்*
நகத்தக்கது உடைத்து	*=> நகைப்புக்கு உரியது*

எளிய உரை:

அன்றைக்கு, என்னுடைய கண்கள் என் காதலனை விரைவாகப் பார்த்தன.

இன்றைக்கு, அதே கண்கள் அவனைப் பிரிந்து வருந்தி அழுகின்றன. இதை நினைத்தால் சிரிப்புதான் வருகிறது.

குறள் எண்: 1174

குறள்:

பெயல் ஆற்றா நீர் உலந்த, உண் கண் உயல் ஆற்றா
உய்வு இல் நோய் என்கண் நிறுத்து

இந்தக் குறளை எப்படி மாற்றிப் படிக்கவேண்டும்:

உண் கண் உயல் ஆற்றா உய்வு இல் நோய் என்கண் நிறுத்து,
பெயல் ஆற்றா நீர் உலந்த

இந்தக் குறளில் உள்ள கடினமான சொற்களும் அவற்றின் பொருளும்:

பெயல் => கண்ணீரைப் பெய்வது / அழுவது

ஆற்றா => இயலாத

நீர் => கண்ணீர்

உலந்த => உலர்ந்துவிட்டன / வற்றிவிட்டன

உண் கண் => மையுண்ட / மை பூசிய கண்கள்

உயல் => உய்தல் / பிழைத்தல்

உய்வு => உய்வது / பிழைப்பது

இல் => இல்லாத

என்கண் => என்னிடம்

நிறுத்து => உண்டாக்கி

எளிய உரை:

மை பூசிய என் கண்கள் என் காதலனைப் பார்த்தன, எனக்குள் முடிவில்லாத காதல் நோயை உண்டாக்கின.

அதன்பிறகு, அதே கண்கள் அவனைப் பிரிந்து வருந்தி அழுதன. அழுது அழுது என் கண்களில் கண்ணீர்கூட வற்றிவிட்டது.

குறள் எண்: 1175

குறள்:

படல் ஆற்றா பைதல் உழக்கும், கடல் ஆற்றாக்
காம நோய் செய்த என் கண்

இந்தக் குறளை எப்படி மாற்றிப் படிக்கவேண்டும்:

கடல் ஆற்றாக் காம நோய் செய்த என் கண் படல் ஆற்றா பைதல் உழக்கும்

இந்தக் குறளில் உள்ள கடினமான சொற்களும் அவற்றின் பொருளும்:

படல் ஆற்றா => தூங்காமல்

பைதல் => துன்பம்

உழக்கும் => வருந்தும்

கடல் ஆற்றா => கடலும் சிறியதாகத் தோன்றும்படி

காம => காதல்

எளிய உரை:

என் கண்கள் எனக்குள் கடலைவிடப் பெரிய காதல் நோயை உண்டாக்கிவிட்டன.

இப்போது, அதே கண்கள் தூங்காமல் துன்பத்தில் வாடுகின்றன.

குறள் எண்: 1176

குறள்:

ஓஒ, இனிதே எமக்கு இந் நோய் செய்த கண்
தாஅம் இதன் பட்டது

இந்தக் குறளை எப்படி மாற்றிப் படிக்கவேண்டும்:

ஓஒ, எமக்கு இந் நோய் செய்த கண் தாஅம் இதன் பட்டது இனிதே

இந்தக் குறளில் உள்ள கடினமான சொற்களும் அவற்றின் பொருளும்:

ஓஒ => வியப்புக் குறிப்பு

இனிதே => இனிமையானதுதான்

எமக்கு => எனக்கு

இந் நோய் => இந்த நோய்

தாஅம் => தாமும் / தாங்களும்

இதன் பட்டது => இப்படித் துன்பப்படுவது

எளிய உரை:

என் கண்கள்தான் எனக்குக் காதல் நோயைக் கொடுத்தன. இப்போது, அதே கண்கள் அந்தக் காதல் நோயால் துன்பப்படுகின்றன. இது எனக்கு மகிழ்ச்சிதான்!

குறள் எண்: 1177

குறள்:

உழந்து உழந்து உள் நீர் அறுக, விழைந்து, இழைந்து,
வேண்டி அவர்க் கண்ட கண்

இந்தக் குறளை எப்படி மாற்றிப் படிக்கவேண்டும்:

விழைந்து, இழைந்து, வேண்டி அவர்க் கண்ட கண் உழந்து உழந்து உள் நீர் அறுக

இந்தக் குறளில் உள்ள கடினமான சொற்களும் அவற்றின் பொருளும்:

உழந்து உழந்து => மீண்டும் மீண்டும் துன்பப்பட்டு

உள் நீர் => கண்ணுக்குள் இருக்கும் கண்ணீர்

அறுக => அற்றுப்போகட்டும்

விழைந்து => விரும்பி

இழைந்து => நெகிழ்ந்து

வேண்டி => விருப்பப்பட்டு

அவர்க் கண்ட => என் காதலனைக் கண்ட

எளிய உரை:

என் கண்கள் மிகுந்த விருப்பத்துடன் என் காதலனைப் பார்த்து நெகிழ்ந்தன. இப்போது, அதே கண்கள் காதல் நோயால் துன்பப்படுகின்றன.

நன்றாகத் துன்பப்படட்டும்! அழுது அழுது கண்ணிலிருக்கிற கண்ணீரெல்லாம் வற்றிப்போகட்டும்!

குறள் எண்: 1178

குறள்:

பேணாது பெட்டார் உளர் மன் ஓ. மற்று அவர்க்
காணாது அமைவு இல கண்

இந்தக் குறளை எப்படி மாற்றிப் படிக்கவேண்டும்:

பேணாது பெட்டார் உளர் மன் ஓ. மற்று அவர்க் காணாது கண் அமைவு இல

இந்தக் குறளில் உள்ள கடினமான சொற்களும் அவற்றின் பொருளும்:

பேணாது => உண்மையாக விரும்பாமல் / பாதுகாக்காமல்

பெட்டார் => வெறும் சொற்களால் விரும்பியவன்

உளர் => இருக்கிறார்

மன் => அசைச்சொல் (பொருள் உணர்த்தாத சொல்)

ஓ => அசைச்சொல் (பொருள் உணர்த்தாத சொல்)

மற்று => மேலும் / பின்னர்

அவர்க் காணாது => என் காதலனைப் பார்க்காமல்

அமைவு => பொருத்தம்

இல => இல்லாதவை

எளிய உரை:

என் காதலன் என்னைக் காதலிப்பதாகச் சொன்னான். ஆனால், அது வெறும் பேச்சுதான். உண்மையில் அவன் என்னைக் காதலிக்கவில்லை.

ஆனால், இந்த உண்மையை நான் அறிந்திருந்து என்ன பயன்? என் கண்களால் அவனைப் பார்க்காமல் இருக்கமுடியவில்லையே!

குறள் எண்: 1179

குறள்:

வாராக்கால் துஞ்சா, வரின் துஞ்சா, ஆயிடை
ஆர் அஞர் உற்றன கண்

இந்தக் குறளை எப்படி மாற்றிப் படிக்கவேண்டும்:

கண் வாராக்கால் துஞ்சா, வரின் துஞ்சா, ஆயிடை ஆர் அஞர் உற்றன

இந்தக் குறளில் உள்ள கடினமான சொற்களும் அவற்றின் பொருளும்:

வாராக்கால் => வராதபோது

துஞ்சா => தூங்குவதில்லை

வரின் => வரும்போது

ஆயிடை => இவற்றுக்கு இடையில்

ஆர் => மிகுந்த

அஞர் => துன்பம்

உற்றன => அடைந்தன

எளிய உரை:

என் காதலன் என்னைப் பார்க்க வரும்போது என் கண்கள் மகிழ்கின்றன, தூக்கத்தை மறந்துவிடுகின்றன.

என் காதலன் என்னை விட்டுப் பிரியும்போது என் கண்கள் வருந்துகின்றன. அப்போதும் அவை தூங்குவதில்லை.

மொத்தத்தில், என் கண்களுக்கு எப்போதும் பெரும் துன்பம்தான்.

குறள் எண்: 1180

குறள்:

மறை பெறல் ஊரார்க்கு அரிது அன்று ஆல், எம் போல்
அறை பறை கண்ணார் அகத்து

இந்தக் குறளை எப்படி மாற்றிப் படிக்கவேண்டும்:

எம் போல் பறை அறை கண்ணார் அகத்து மறை பெறல் ஊரார்க்கு அரிது அன்று ஆல்

இந்தக் குறளில் உள்ள கடினமான சொற்களும் அவற்றின் பொருளும்:

மறை => மறைத்து வைக்கப்பட்ட இரகசியம்

பெறல் => பெறுதல் / தெரிந்துகொள்ளுதல்

அரிது அன்று => அரியது இல்லை / எளியதுதான்

ஆல் => அசைச்சொல் (பொருள் உணர்த்தாத சொல்)

எம் போல் => என்னைப்போல்

அறை => அடிக்கின்ற

பறை => ஓர் இசைக் கருவி

கண்ணார் => கண்களை உடையவர்கள்

அகத்து => அகத்தில் / மனத்தில்

எளிய உரை:

என் நெஞ்சில் இருக்கும் உணர்ச்சிகளையெல்லாம் என்னுடைய கண்கள் வெளிப்படுத்திவிடுகின்றன, ஊர்முழுக்கப் பறை அடித்துச் சொல்லிவிடுகின்றன. அதனால், ஊரார் என்னுடைய இரகசியங்களையெல்லாம் எளிதில் தெரிந்துகொண்டுவிடுகிறார்கள்.

அதிகாரம் 119: பசப்பு உறு பருவரல் (காதலனைப் பிரிந்து துன்பப்படும் காதலியின் உடலில் உண்டாகும் நிற மாற்றம்)

குறள் எண்: 1181

குறள்:

நயந்தவர்க்கு நல்காமை நேர்ந்தேன். பசந்த என்
பண்பு யார்க்கு உரைக்கோ பிற

இந்தக் குறளை எப்படி மாற்றிப் படிக்கவேண்டும்:

நயந்தவர்க்கு நல்காமை நேர்ந்தேன். பசந்த என் பண்பு பிற யார்க்கு உரைக்கோ?

இந்தக் குறளில் உள்ள கடினமான சொற்களும் அவற்றின் பொருளும்:

நயந்தவர்க்கு	=>	*விரும்பிய காதலனுக்கு*
நல்காமை	=>	*அன்பை வழங்காமல் இருத்தல் / பிரிந்து செல்லுதல்*
நேர்ந்தேன்	=>	*ஒப்புக்கொண்டேன்*
பசந்த	=>	*பசலை உண்டான / நிறம் மாறிய*
யார்க்கு	=>	*யாருக்கு*
உரைக்கோ	=>	*சொல்வேன்*

எளிய உரை:

என்மீது அன்பு கொண்ட காதலன் என்னைப் பிரிந்து செல்வதாகச் சொன்னான். நானும் அதற்கு ஒப்புக்கொண்டேன்.

இப்போது, அவனைப் பிரிந்து நான் வாடுகிறேன், என் உடலெங்கும் பசலை படர்ந்துவிட்டது. இதை நான் யாரிடம் சொல்வேன்?

குறள் எண்: 1182

குறள்:

அவர் தந்தார் என்னும் தகையால் இவர்தந்து என்
மேனி மேல் ஊரும் பசப்பு

இந்தக் குறளை எப்படி மாற்றிப் படிக்கவேண்டும்:

அவர் தந்தார் என்னும் தகையால் என் மேனி மேல் இவர்தந்து பசப்பு ஊரும்

இந்தக் குறளில் உள்ள கடினமான சொற்களும் அவற்றின் பொருளும்:

அவர் => என் காதலன்

தந்தார் => உண்டாக்கினான்

தகையால் => பெருமையினால்

இவர்தந்து => ஏறி

மேனி => உடல்

ஊரும் => ஊர்ந்து செல்லும்

பசப்பு => பசலை / நிறமாற்றம்

எளிய உரை:

என் காதலன் என்னை விட்டுப் பிரிந்து சென்றான். அதனால் என் உடலில் பசலை உண்டானது. அவன் கொடுத்த பசலை என்பதால் அது பெருமிதத்துடன் என்மீது படர்ந்து செல்கிறது.

குறள் எண்: 1183

குறள்:

சாயலும் நாணும் அவர் கொண்டார், கைம்மாறா
நோயும் பசலையும் தந்து

இந்தக் குறளை எப்படி மாற்றிப் படிக்கவேண்டும்:

அவர் நோயும் பசலையும் கைம்மாறாத் தந்து சாயலும் நாணும் கொண்டார்

இந்தக் குறளில் உள்ள கடினமான சொற்களும் அவற்றின் பொருளும்:

சாயல் => அழகு

நாண் => நாணம் / வெட்கம்

கொண்டார் => எடுத்துக்கொண்டான்

கைம்மாறா => அவற்றுக்குப் பதிலாக

நோய் => காதல் நோய்

பசலை => நிறமாற்றம்

எளிய உரை:

என் காதலன் என்னுடைய அழகையும் நாணத்தையும் எடுத்துக்கொண்டுவிட்டான், காதல் நோயையும் பசலையையும் கொடுத்துவிட்டான்.

குறள் எண்: 1184

குறள்:

உள்ளுவன் மன் யான், உரைப்பது அவர் திறம் ஆல்,
கள்ளம், பிறவோ பசப்பு

இந்தக் குறளை எப்படி மாற்றிப் படிக்கவேண்டும்:

யான் அவர் உள்ளுவன் மன், (யான்) உரைப்பது (அவர்) திறம் ஆல், பசப்பு கள்ளம், பிறவோ

இந்தக் குறளில் உள்ள கடினமான சொற்களும் அவற்றின் பொருளும்:

உள்ளுவன் => நினைக்கிறேன்

மன் => அசைச்சொல் (பொருள் உணர்த்தாத சொல்)

யான் => நான்

உரைப்பது => சொல்லுவது

திறம் => திறன் / பண்பு

ஆல் => அசைச்சொல் (பொருள் உணர்த்தாத சொல்)

கள்ளம் => வஞ்சனை

பிறவோ => வேறொன்றோ / இன்னொன்றோ?

பசப்பு => பசலை / நிறமாற்றம்

எளிய உரை:

நான் எப்போதும் என் காதலனைத்தான் நினைத்துக் கொண்டிருக்கிறேன், அவனுடைய பண்புகளைப்பற்றித்தான் பேசிக்கொண்டிருக்கிறேன். ஆனாலும் என் உடலில் பசலை படர்கிறது. இது என்ன வஞ்சனை!

குறள் எண்: 1185

குறள்:

உவக்காண், எம் காதலர் செல்வார். இவக்காண், எம்
மேனி பசப்பு ஊர்வது

இந்தக் குறளை எப்படி மாற்றிப் படிக்கவேண்டும்:

உவக்காண், எம் காதலர் செல்வார். இவக்காண், எம் மேனி பசப்பு ஊர்வது

இந்தக் குறளில் உள்ள கடினமான சொற்களும் அவற்றின் பொருளும்:

உவக்காண் => அங்கே பார்

இவக்காண் => இங்கே பார்

எம் => என்

மேனி => உடல்

பசப்பு => பசலை / நிறமாற்றம்

ஊர்வது => படர்வது

எளிய உரை:

என் காதலன் என்னை விட்டுப் பிரிந்து சென்ற அதே விநாடியில் என் உடலில் பசலை படர்கிறது.

குறள் எண்: 1186

குறள்:

விளக்கு அற்றம் பார்க்கும் இருளே போல் கொண்கன்
முயக்கு அற்றம் பார்க்கும் பசப்பு

இந்தக் குறளை எப்படி மாற்றிப் படிக்கவேண்டும்:

பசப்பு, விளக்கு அற்றம் பார்க்கும் இருளே போல் கொண்கன் முயக்கு அற்றம் பார்க்கும்

இந்தக் குறளில் உள்ள கடினமான சொற்களும் அவற்றின் பொருளும்:

அற்றம் => முடிவு

கொண்கன் => தலைவன் / காதலன்

முயக்கு => தழுவுதல்

பசப்பு => பசலை / நிறமாற்றம்

எளிய உரை:

விளக்கு அணைந்ததும் இருள் சூழ்ந்துவிடுகிறது. அதுபோல, என்னைத் தழுவிக்கொண்டிருக்கிற என் காதலன் சற்று விலகியதும் என்மீது பசலை படர்ந்துவிடுகிறது.

குறள் எண்: 1187

குறள்:

புல்லிக் கிடந்தேன், புடை பெயர்ந்தேன், அவ் அளவில்
அள்ளிக்கொள்வற்றே பசப்பு

இந்தக் குறளை எப்படி மாற்றிப் படிக்கவேண்டும்:

புல்லிக் கிடந்தேன், புடை பெயர்ந்தேன், அவ் அளவில் பசப்பு
அள்ளிக்கொள்வற்றே

இந்தக் குறளில் உள்ள கடினமான சொற்களும் அவற்றின் பொருளும்:

புல்லி => தழுவி / அணைத்து

புடை => ஒருபக்கமாக

பெயர்ந்தேன் => நகர்ந்தேன்

அவ் அளவில் => அந்த அளவில் / அந்த நேரத்தில்

அள்ளிக்கொள்வற்றே => அள்ளிக்கொள்வதுபோல்

பசப்பு => பசலை / நிறமாற்றம்

எளிய உரை:

என் காதலனைத் தழுவிக்கொண்டிருந்தேன். ஒரு விநாடி அவனிடமிருந்து சற்று விலகினேன். அவ்வளவுதான், பசலை என்னை அள்ளிக்கொண்டுவிட்டது!

குறள் எண்: 1184

குறள்:

பசந்தாள் இவள் என்பது அல்லால், இவளைத்
துறந்தார் அவர் என்பார் இல்

இந்தக் குறளை எப்படி மாற்றிப் படிக்கவேண்டும்:

இவள் பசந்தாள் என்பது அல்லால், அவர் இவளைத் துறந்தார் என்பார் இல்

இந்தக் குறளில் உள்ள கடினமான சொற்களும் அவற்றின் பொருளும்:

பசந்தாள் => பசலை கொண்டாள் / நிறம் மாறினாள்

என்பது => என்று சொல்வது

அல்லால் => இல்லாமல்

துறந்தார் => விட்டு நீங்கினான்

என்பார் => என்று சொல்கிறவர்கள்

இல் => இல்லை

எளிய உரை:

என் உடலில் பசலை படர்ந்துவிட்டது. அதைக் கண்டு இந்த ஊர் கேலி பேசுகிறது. ஆனால், என் காதலன் என்னைப் பிரிந்ததால்தான் எனக்கு இந்தப் பசலை நோய் வந்தது என்கிற உண்மையைச் சொல்கிறவர்கள் யாரும் இல்லை.

குறள் எண்: 1189

குறள்:

பசக்க மன் பட்டாங்கு என் மேனி, நயப்பித்தார்
நல் நிலையர் ஆவர் எனின்

இந்தக் குறளை எப்படி மாற்றிப் படிக்கவேண்டும்:

நயப்பித்தார் நல் நிலையர் ஆவர் எனின் என் மேனி பட்டாங்கு பசக்க மன்

இந்தக் குறளில் உள்ள கடினமான சொற்களும் அவற்றின் பொருளும்:

பசக்க => பசலை உண்டாகட்டும் / நிறம் மாறட்டும்

மன் => அசைச்சொல் (பொருள் உணர்த்தாத சொல்)

பட்டாங்கு => உள்ளபடி / உண்மையில்

மேனி => உடல்

நயப்பித்தார் => தான் பிரிந்து செல்லும் செய்தியை நான் ஏற்றுக்கொள்ளும்படி சொன்ன என் காதலன்

நல் நிலையர் => நல்லபடியாக இருப்பவர்

ஆவர் => ஆவார்

எனின் => என்றால்

எளிய உரை:

என் காதலன் என்னிடம் அன்பாகப் பேசினான், நான் விரைவில் திரும்பி வந்துவிடுவேன் என்று உறுதி சொல்லிவிட்டுக் கிளம்பிச் சென்றான். அவனைப் பிரிந்ததும் என் உடலில் பசலை படர்ந்துவிட்டது.

பரவாயில்லை, அவன் நன்றாக இருந்தால் போதும். அவனுக்காக நான் இந்தப் பசலையைப் பொறுத்துக்கொள்வேன்!

குறள் எண்: 1190

குறள்:

பசப்பு எனப் பேர் பெறுதல் நன்றே, நயப்பித்தார்
நல்காமை தூற்றார் எனின்

இந்தக் குறளை எப்படி மாற்றிப் படிக்கவேண்டும்:

நயப்பித்தார் நல்காமை தூற்றார் எனின் பசப்பு எனப் பேர் பெறுதல் நன்றே

இந்தக் குறளில் உள்ள கடினமான சொற்களும் அவற்றின் பொருளும்:

பசப்பு => பசலை / நிறமாற்றம்

பேர் => பெயர்

நன்றே => நல்லதுதான்

நய்ப்பித்தார் => தான் பிரிந்து செல்லும் செய்தியை நான் ஏற்றுக்கொள்ளும்படி சொன்ன என் காதலன்

நல்காமை => அன்பை வழங்காமல் இருத்தல் / பிரிந்து செல்லுதல்

தூற்றார் => குற்றம் சொல்லமாட்டார்கள்

எனின் => என்றால்

எளிய உரை:

என் காதலன் என்னிடம் அன்பாகப் பேசினான், நான் விரைவில் திரும்பி வந்துவிடுவேன் என்று உறுதி சொல்லிவிட்டுக் கிளம்பிச் சென்றான். அவனைப் பிரிந்ததும் என் உடலில் பசலை படர்ந்துவிட்டது.

பரவாயில்லை, என் காதலனுக்கு என்மீது அன்பு இல்லை என்று இந்த ஊர் குற்றம் சொல்லாமல் இருந்தால் போதும். அதற்காக நான் இந்தப் பசலையையும், அதனால் உண்டாகும் வம்புப் பேச்சுகளையும் பொறுத்துக்கொள்வேன்.

அதிகாரம் 120: தனிப் படர் மிகுதி
(தனிமைத் துன்பம் பெருகுதல்)

குறள் எண்: 1191

குறள்:

தாம் வீழ்வார் தாம் வீழப் பெற்றவர் பெற்றாரே
காமத்துக் காழ் இல் கனி

இந்தக் குறளை எப்படி மாற்றிப் படிக்கவேண்டும்:

தாம் வீழ்வார் தம் வீழப் பெற்றவர் காமத்துக் காழ் இல் கனி பெற்றாரே

இந்தக் குறளில் உள்ள கடினமான சொற்களும் அவற்றின் பொருளும்:

தாம் வீழ்வார் => தன்னால் காதலிக்கப்படுகிறவர்

தாம் வீழ => தன்னைக் காதலிக்க

காமத்து => காதலாகிய

காழ் => விதை

இல் => இல்லாத

எளிய உரை:

அவள் அவனைக் காதலிக்கிறாள். அவனும் அவளைக் காதலிக்கிறான். இருவரும் காதல் என்னும் விதையில்லாத கனியைப் பெறுகிறார்கள்.

குறள் எண்: 1192

குறள்:

வாழ்வார்க்கு வானம் பயந்தற்று ஆல், வீழ்வார்க்கு
வீழ்வார் அளிக்கும் அளி

இந்தக் குறளை எப்படி மாற்றிப் படிக்கவேண்டும்:

வீழ்வார்க்கு வீழ்வார் அளிக்கும் அளி வாழ்வார்க்கு வானம் பயந்தற்று ஆல்

இந்தக் குறளில் உள்ள கடினமான சொற்களும் அவற்றின் பொருளும்:

வாழ்வார்க்கு => வாழும் உயிர்களுக்கு

வானம் => மழை

பயந்தற்று => பொழிவதைப்போன்றது

ஆல் => அசைச்சொல் (பொருள் உணர்த்தாத சொல்)

வீழ்வார்க்கு => காதலிப்பவர்களுக்கு

வீழ்வார் => அவர்களைக் காதலிப்பவர்கள்

அளி => அன்பு

எளிய உரை:

காதலர்கள் ஒருவர்மீது ஒருவர் செலுத்துகின்ற அன்பு, உயிர்கள் செழிக்கவேண்டும் என்று வானம் பொழிகிற மழையைப் போன்றது.

குறள் எண்: 1193

குறள்:

வீழுநர் வீழப்படுவார்க்கு அமையுமே
வாழுநம் என்னும் செருக்கு

இந்தக் குறளை எப்படி மாற்றிப் படிக்கவேண்டும்:

வீழுநர் வீழப்படுவார்க்கு வாழுநம் என்னும் செருக்கு அமையுமே

இந்தக் குறளில் உள்ள கடினமான சொற்களும் அவற்றின் பொருளும்:

வீழுநர் => காதலிக்கிறவர்

வீழப்படுவார்க்கு => காதலிக்கப்படுகிறவருக்கு

அமையுமே => பொருந்தும்

வாழுநம் => நாம் நன்கு வாழ்கிறோம், வாழ்வோம்

செருக்கு => பெருமிதம்

எளிய உரை:

அவள் அவனைக் காதலிக்கிறாள். அவனும் அவளைக் காதலிக்கிறான். இருவரும் தங்களுடைய காதல் வாழ்க்கையை எண்ணிப் பெருமிதப்படுகிறார்கள். இது காதலர்களுக்குமட்டும் கிடைக்கிற தனி இன்பம்!

குறள் எண்: 1194

குறள்:

வீழப்படுவார் கெழீஇ இலர், தாம் வீழ்வார்
வீழப்படாஅர் எனின்

இந்தக் குறளை எப்படி மாற்றிப் படிக்கவேண்டும்:

தாம் வீழ்வார் வீழப்படாஅர் எனின் வீழப்படுவார் கெழீஇ இலர்

இந்தக் குறளில் உள்ள கடினமான சொற்களும் அவற்றின் பொருளும்:

வீழப்படுவார் => (உலகத்தால்) விரும்பப்படுகிறவர்

கெழீஇ இலர் => நல்வினை இல்லாதவர்

தாம் வீழ்வார் => தான் காதலிக்கிறவர்

வீழப்படாஅர் => காதலிக்கப்படாதவர்

எனின் => என்றால்

எளிய உரை:

அவள் அவனைக் காதலிக்கிறாள். ஆனால், அவன் அவளைக் காதலிக்கவில்லை. அதனால் அந்தப் பெண் தன்னுடைய மற்ற சிறப்புகளையெல்லாம் மறந்து துன்பத்தில் வாடுகிறாள்.

குறள் எண்: 1195

குறள்:

நாம் காதல் கொண்டார் நமக்கு எவன் செய்ப ஓ,
தாம் காதல் கொள்ளாக்கடை

இந்தக் குறளை எப்படி மாற்றிப் படிக்கவேண்டும்:

நாம் காதல் கொண்டார் தாம் காதல் கொள்ளாக்கடை நமக்கு எவன் செய்ப ஓ

இந்தக் குறளில் உள்ள கடினமான சொற்களும் அவற்றின் பொருளும்:

எவன் => என்ன

செய்ப => செய்துவிடுவார்

ஓ => அசைச்சொல் (பொருள் உணர்த்தாத சொல்)

தாம் => தாமே

கொள்ளாக்கடை => கொள்ளாவிட்டால்

எளிய உரை:

நான் காதலிக்கிறவன் என்னைக் காதலிக்காவிட்டால் அதில் என்ன இன்பம்? (ஏதுமில்லை.)

குறள் எண்: 1196

குறள்:

ஒருதலையான் இன்னாது காமம், காப்போல
இருதலையானும் இனிது

இந்தக் குறளை எப்படி மாற்றிப் படிக்கவேண்டும்:

காமம் ஒருதலையான் இன்னாது, காப்போல இருதலையானும் இனிது

இந்தக் குறளில் உள்ள கடினமான சொற்களும் அவற்றின் பொருளும்:

ஒருதலையான் => ஒருவர்மட்டும் காதலித்தால், இன்னொருவர் காதலிக்காவிட்டால்

இன்னாது => துன்பம் தருவது

காமம் => காதல்

காப்போல => கா எனப்படுகிற, இருபுறமும் சுமை தாங்குகிற தண்டைப் போல / காவடியைப் போல

இருதலையானும் => இருவரும் ஒருவரை ஒருவர் காதலித்தால்

எளிய உரை:

ஒருவர்மட்டும் காதலித்தால் அது துன்பக் காதல். காவடித் தண்டின் இரு பக்கங்களிலும் சுமை தொங்குவதைப்போல் இருவரும் காதலித்தால்தான் அது இன்பக் காதல்.

குறள் எண்: 1197

குறள்:

பருவரலும் பைதலும் காணான்கொல், காமன்
ஒருவர்கண் நின்று ஒழுகுவான்

இந்தக் குறளை எப்படி மாற்றிப் படிக்கவேண்டும்:

காமன் ஒருவர்கண் நின்று ஒழுகுவான். (காமன்) பருவரலும் பைதலும் காணான்கொல்

இந்தக் குறளில் உள்ள கடினமான சொற்களும் அவற்றின் பொருளும்:

பருவரல் => வருத்தம்

பைதல் => துன்பம்

காணான்கொல் => காணமாட்டானோ

காமன் => மன்மதன் (காதல் தெய்வம்)

ஒருவர்கண் => ஒருவரிடம்

நின்று ஒழுகுவான் => நிலைத்து நிற்பான்

எளிய உரை:

காதல் தெய்வமான மன்மதன் ஒருவருடைய நெஞ்சில் காதலை உண்டாக்குகிறான், ஆனால், அவரால் விரும்பப்படுகிற இன்னொருவருடைய நெஞ்சில் காதலை உண்டாக்குவதில்லை. இது ஏன்? காதல் துன்பம் எப்படிப்பட்டது என்று இந்த மன்மதனுக்குத் தெரியாதோ!

குறள் எண்: 1198

குறள்:

வீழ்வாரின் இன்சொல் பெறாஅது உலகத்து
வாழ்வாரின் வன்கணார் இல்

இந்தக் குறளை எப்படி மாற்றிப் படிக்கவேண்டும்:

வீழ்வாரின் இன்சொல் பெறாஅது உலகத்து வாழ்வாரின் வன்கணார் இல்

இந்தக் குறளில் உள்ள கடினமான சொற்களும் அவற்றின் பொருளும்:

வீழ்வாரின் => தங்களால் காதலிக்கப்படுகிறவரிடம்

இன்சொல் => இனிமையான சொற்கள்

பெறாஅது => பெறாமல்

உலகத்து => உலகத்தில்

வாழ்வாரின் => வாழ்பவர்களைவிட

வன்கணார் => கொடியவர்கள் / வீரமானவர்கள்

இல் => இல்லை

எளிய உரை:

காதலனைப் பிரிந்து வாழ்கிற பெண்களுடைய மன உறுதியை நான் வியக்கிறேன். அவர்களால் எப்படித்தான் காதலனின் இனிய அன்புச் சொற்களைக் கேட்காமல் உயிர் வாழமுடிகிறதோ!

குறள் எண்: 1199

குறள்:

நசைஇயார் நல்கார் எனினும் அவர் மாட்டு
இசையும் இனிய செவிக்கு

இந்தக் குறளை எப்படி மாற்றிப் படிக்கவேண்டும்:

நசைஇயார் நல்கார் எனினும் அவர் மாட்டு இசையும் செவிக்கு இனிய

இந்தக் குறளில் உள்ள கடினமான சொற்களும் அவற்றின் பொருளும்:

நசைஇயார் => என்னால் காதலிக்கப்படுபவர்

நல்கார் => என்மீது அன்பு செலுத்தமாட்டார் / எனக்கு அன்பை வழங்கமாட்டார்

எனினும் => என்றாலும்

அவர் மாட்டு => அவரிடமிருந்து

இசையும் => சொற்களும்

இனிய => இனிமையானவை

எளிய உரை:

நான் அவனைக் காதலிக்கிறேன். அவன் என்னைக் காதலிக்கவில்லை. என்றாலும், அவன் பேசும் சொற்கள் ஒவ்வொன்றும் என் காதுக்கு இனிப்பானவைதான்.

குறள் எண்: 1200

குறள்:

உறாஅர்க்கு உறு நோய் உரைப்பாய், கடலைச்
செறாஅஅய், வாழிய, நெஞ்சு

இந்தக் குறளை எப்படி மாற்றிப் படிக்கவேண்டும்:

நெஞ்சு, உறாஅர்க்கு உறு நோய் உரைப்பாய், கடலைச் செறாஅஅய், வாழிய

இந்தக் குறளில் உள்ள கடினமான சொற்களும் அவற்றின் பொருளும்:

உறாஅர்க்கு => என்மீது அன்பு கொள்ளாதவருக்கு
உறு நோய் => எனக்கு வந்துள்ள நோய்
உரைப்பாய் => சொல்வாய்
செறாஅஅய் => தூர்க்க / தூய்மைப்படுத்த முயல்வாய்
வாழிய => வாழ்க
நெஞ்சு => நெஞ்சமே

எளிய உரை:

என் நெஞ்சே,

நான் என் காதலனை எண்ணிக் காதல் நோயில் தவிக்கிறேன். ஆனால், அவனுக்கு என்மீது காதல் இல்லை.

நீ அவனிடம் சென்று என்னுடைய நோயைப்பற்றிச் சொல்ல முயல்கிறாய், அதன்மூலம் எங்களைச் சேர்த்துவைக்கப் பார்க்கிறாய். நீ வாழ்க!

ஆனால், உன்னுடைய இந்த முயற்சி எந்தப் பயனையும் தராது. அதை விட்டுவிடு. அதற்குப் பதிலாக, கடலைத் தூர்த்துத் தூய்மைப்படுத்த முயற்சி செய். (கடலைத் தூர்ப்பதுகூட நடக்கக்கூடும். ஆனால், என் காதல் நிறைவேறாது.)

அதிகாரம் 121: நினைத்தவர் புலம்பல்
(பிரிந்துள்ள காதலர்களின் புலம்பல்)

குறள் எண்: 1201

குறள்:

உள்ளினும் தீராப் பெரு மகிழ் செய்தலால்
கள்ளினும் காமம் இனிது

இந்தக் குறளை எப்படி மாற்றிப் படிக்கவேண்டும்:

உள்ளினும் தீராப் பெரு மகிழ் செய்தலால், காமம் கள்ளினும் இனிது

இந்தக் குறளில் உள்ள கடினமான சொற்களும் அவற்றின் பொருளும்:

உள்ளினும் => நினைத்தாலும்

தீரா => தீராத

பெரு மகிழ் => பெரிய மகிழ்ச்சி

செய்தலால் => உண்டாக்குவதால்

கள்ளினும் => கள்ளைவிட

காமம் => காதல்

இனிது => இனியது

எளிய உரை:

கள்ளைக் குடித்தால்தான் இன்பம் வரும். ஆனால், காதலனை நினைத்தாலே இன்பம் பெருகும். அதனால் காதல், கள்ளைவிட இனிமையானது.

குறள் எண்: 1202

குறள்:

எனைத்து ஒன்று இனிதே காண் காமம், தாம் வீழ்வார்
நினைப்ப வருவது ஒன்று இல்

இந்தக் குறளை எப்படி மாற்றிப் படிக்கவேண்டும்:

காமம் எனைத்து ஒன்று இனிதே காண், தாம் வீழ்வார் நினைப்ப வருவது ஒன்று இல்

இந்தக் குறளில் உள்ள கடினமான சொற்களும் அவற்றின் பொருளும்:

எனைத்து ஒன்று => எந்த ஒன்றையும்விட / எதையும்விட

காண் => பார்

காமம் => காதல்

தாம் வீழ்வார் => தம்மால் காதலிக்கப்படுகிறவர்

நினைப்ப => நினைக்க

வருவது ஒன்றும் இல் => எதுவும் (எந்தத் துன்பமும்) வராது

எளிய உரை:

காதல் எல்லாவற்றையும்விட இனிமையானது. ஏனெனில், காதலனை நினைத்ததும் துன்பம் விலகும், இன்பம் பெருகும்.

குறள் எண்: 1203

குறள்:

நினைப்பவர் போன்று நினையார்கொல், தும்மல்
சினைப்பது போன்று கெடும்

இந்தக் குறளை எப்படி மாற்றிப் படிக்கவேண்டும்:

நினைப்பவர் போன்று நினையார்கொல்! தும்மல் சினைப்பது போன்று கெடும்.

இந்தக் குறளில் உள்ள கடினமான சொற்களும் அவற்றின் பொருளும்:

போன்று => போல

நினையார்கொல் => நினைக்கவில்லையோ

சினைப்பது => வருவது / உருவாவது

கெடும் => நின்றுவிடும்

எளிய உரை:

என் காதலன் என்னை நினைக்கவேண்டும் என்று எண்ணுகிறான், ஆனால், உண்மையில் என்னை நினைப்பதில்லை.

ஏனெனில், எனக்குத் தும்மல் வருவதுபோல் இருக்கிறது, ஆனால், வரவில்லை, அப்படியே நின்றுவிடுகிறது.

குறள் எண்: 1204

குறள்:

யாமும் உளேம்கொல் அவர் நெஞ்சத்து, எம் நெஞ்சத்து
ஓஒ உளரே அவர்

இந்தக் குறளை எப்படி மாற்றிப் படிக்கவேண்டும்:

எம் நெஞ்சத்து அவர் ஓஒ உளரே. யாமும் அவர் நெஞ்சத்து உளேம்கொல்!

இந்தக் குறளில் உள்ள கடினமான சொற்களும் அவற்றின் பொருளும்:

யாமும் => நானும்

உளேம்கொல் => உள்ளேனோ / இருக்கிறேனோ

நெஞ்சத்து => நெஞ்சத்தில்

எம் => என்

ஓஒ => மிகுதியாக / இடைவிடாமல்

உளரே => உள்ளார்

எளிய உரை:

என் நெஞ்சில் என் காதலன் நீக்கமற நிறைந்திருக்கிறான். அதுபோல, அவன் நெஞ்சில் நான் இருக்கிறேனா?

குறள் எண்: 1205

குறள்:

தம் நெஞ்சத்து எம்மைக் கடி கொண்டார் நாணார்கொல்
எம் நெஞ்சத்து ஓவா வரல்

இந்தக் குறளை எப்படி மாற்றிப் படிக்கவேண்டும்:

தம் நெஞ்சத்து எம்மைக் கடி கொண்டார் எம் நெஞ்சத்து ஓவா வரல் நாணார்கொல்

இந்தக் குறளில் உள்ள கடினமான சொற்களும் அவற்றின் பொருளும்:

தம்	=>	*தன்னுடைய*
நெஞ்சத்து	=>	*நெஞ்சத்தில்*
எம்மை	=>	*என்னை*
கடி கொண்டார்	=>	*காவல் புரிகிறவர்*
நாணார்கொல்	=>	*நாணப்படமாட்டாரோ*
எம்	=>	*என்னுடைய*
ஓவா	=>	*தொடர்ந்து / ஓயாமல்*
வரல்	=>	*வருதல்*

எளிய உரை:

என் காதலன் தன் நெஞ்சைப் பாதுகாப்பாகப் பூட்டி வைத்திருக்கிறான். அதனால், என்னால் அவனுடைய நெஞ்சுக்குள் நுழையமுடியவில்லை.

ஆனால், அவன் என் நெஞ்சுக்குள் எளிதில் நுழைந்துவிடுகிறான். எந்நேரமும் என் நெஞ்சத்தில் தங்கியிருக்கிறான். இப்படித் தன் நெஞ்சைப் பூட்டிவிட்டு இன்னொருவர் நெஞ்சுக்குள் வசிக்கிறோமே என்று அவனுக்குக் கூச்சமாக இருக்காதோ!

குறள் எண்: 1206

குறள்:

மற்று யான் என் உளேன், மன் ஓ, அவரொடு யான்
உற்ற நாள் உள்ள உளேன்

இந்தக் குறளை எப்படி மாற்றிப் படிக்கவேண்டும்:

யான் அவரொடு உற்ற நாள் உள்ள, உளேன். மற்று யான் என் உளேன்? மன் ஓ

இந்தக் குறளில் உள்ள கடினமான சொற்களும் அவற்றின் பொருளும்:

மற்று => மற்றபடி

யான் => நான்

என் உளேன் => எதனால் உயிர் வாழ்வேன்

மன் => அசைச்சொல் (பொருள் உணர்த்தாத சொல்)

ஓ => அசைச்சொல் (பொருள் உணர்த்தாத சொல்)

அவரொடு => என் காதலனோடு

உற்ற => மகிழ்ச்சியாக வாழ்ந்த

நாள் => நாட்களை

உள்ள => எண்ண

உளேன் => உயிர் வாழ்கிறேன்

எளிய உரை:

என் காதலனோடு மகிழ்ச்சியாக வாழ்ந்த நாட்களை எண்ணிக்கொண்டு நான் உயிர் வாழ்கிறேன். அதுமட்டும் இல்லாவிட்டால் நான் என்ன ஆவேன்!

குறள் எண்: 1207

குறள்:

மறப்பின் எவன் ஆவன் மன் கொல், மறப்பு அறியேன்,
உள்ளினும் உள்ளம் சுடும்

இந்தக் குறளை எப்படி மாற்றிப் படிக்கவேண்டும்:

மறப்பு அறியேன், மறப்பின் எவன் ஆவன் மன் கொல், உள்ளினும் உள்ளம் சுடும்

இந்தக் குறளில் உள்ள கடினமான சொற்களும் அவற்றின் பொருளும்:

மறப்பின் => மறந்தால்

எவன் ஆவன் => என்ன நிலைக்கு ஆளாவேன்

மன் => அசைச்சொல் (பொருள் உணர்த்தாத சொல்)

கொல் => அசைச்சொல் (பொருள் உணர்த்தாத சொல்)

மறப்பு => மறத்தல்

அறியேன் => அறியமாட்டேன்

உள்ளினும் => நினைத்தாலும்

எளிய உரை:

என் காதலனை என்னால் மறக்கமுடியவில்லை. ஒருவேளை, அவனை மறந்துவிட்டால் நான் என்ன ஆவேனோ என்று அச்சமாக இருக்கிறது.

அதே நேரம், அவனை நினைத்தாலும் என் உள்ளம் சுடுகிறது.

குறள் எண்: 1208

குறள்:

எனைத்து நினைப்பினும் காயார், அனைத்து அன்றோ
காதலர் செய்யும் சிறப்பு!

இந்தக் குறளை எப்படி மாற்றிப் படிக்கவேண்டும்:

காதலர் எனைத்து நினைப்பினும் காயார். (காதலர்) செய்யும் சிறப்பு அனைத்து அன்றோ!

இந்தக் குறளில் உள்ள கடினமான சொற்களும் அவற்றின் பொருளும்:

எனைத்து	=> *எவ்வளவு*
நினைப்பினும்	=> *நினைத்தாலும்*
காயார்	=> *சினம் கொள்ளமாட்டார்*
அனைத்து அன்றோ	=> *அப்படிப்பட்டது அல்லவா*

எளிய உரை:

நான் என் காதலனை எவ்வளவு நேரம் வேண்டுமானாலும் நினைக்கலாம். அதற்காக அவன் என்மீது சினம் கொள்ளமாட்டான். அதுதான் என் காதலனின் சிறப்பு!

குறள் எண்: 1209

குறள்:

விளியும் என் இன் உயிர், வேறு அல்லம் என்பார்
அளி இன்மை ஆற்ற நினைந்து

இந்தக் குறளை எப்படி மாற்றிப் படிக்கவேண்டும்:

வேறு அல்லம் என்பார் அளி இன்மை ஆற்ற நினைந்து என் இன் உயிர் விளியும்

இந்தக் குறளில் உள்ள கடினமான சொற்களும் அவற்றின் பொருளும்:

விளியும் => கழியும் / தீரும்

இன் => இனிமையான

வேறு அல்லம் => நாம் வேறு வேறானவர்கள் இல்லை / நாம் இருவரும் ஒன்றுதான்

என்பார் => என்று சொல்பவர்

அளி இன்மை => அன்பு இல்லாத நிலை

ஆற்ற => மிகுதியாக

நினைந்து => நினைத்து

எளிய உரை:

நானும் நீயும் ஒன்றுதான் என்று என் காதலன் அடிக்கடி சொல்வான், இனி நமக்குள் பிரிவே கிடையாது என்பான்.

ஆனால் இப்போது, அவன் என்னைப் பிரிந்து சென்றுவிட்டான். அவனுடைய அன்பில்லாத இந்தச் செயலை நினைத்து என்னுடைய இனிய உயிர் அழிகிறது!

குறள் எண்: 1210

குறள்:

விடாஅது சென்றாரைக் கண்ணினால் காணப்
படாஅதி, வாழி, மதி

இந்தக் குறளை எப்படி மாற்றிப் படிக்கவேண்டும்:

மதி, விடாஅது சென்றாரைக் கண்ணினால் காணப் படாஅதி, வாழி

இந்தக் குறளில் உள்ள கடினமான சொற்களும் அவற்றின் பொருளும்:

விடாஅது => என் நெஞ்சை விட்டு நீங்காமல்

சென்றாரை => விலகிச் சென்றவரை

படாஅதி => மறையாதே

வாழி => வாழ்க

மதி => நிலவு

எளிய உரை:

நிலவே,

என் காதலன் எப்போதும் என் நெஞ்சில் இருக்கிறான். ஆனால் இப்போது, அவன் என்னை விட்டுப் பிரிந்து செல்கிறான்.

அவன் என் அருகில் இல்லாவிட்டாலும், தொலைவில் இருக்கிற அவனைக் கண்களால் பார்த்து மகிழ விரும்புகிறேன். அதனால், நீ மறையாமல் தொடர்ந்து நன்றாக ஒளி வீசு. நீ வாழ்க!

அதிகாரம் 122: கனவு நிலை உரைத்தல்

குறள் எண்: 1211

குறள்:

காதலர் தூதொடு வந்த கனவினுக்கு
யாது செய்வேன்கொல் விருந்து

இந்தக் குறளை எப்படி மாற்றிப் படிக்கவேண்டும்:

காதலர் தூதொடு வந்த கனவினுக்கு விருந்து யாது செய்வேன்கொல்

இந்தக் குறளில் உள்ள கடினமான சொற்களும் அவற்றின் பொருளும்:

தூதொடு => தூதுடன்

கனவினுக்கு => கனவுக்கு

யாது => எதை

செய்வேன்கொல் => செய்வேனோ

எளிய உரை:

தூங்கினேன். கனவு வந்தது. அதில் என் காதலனைக் கண்டேன்.

என் காதலனின் தூதாக வந்திருக்கிற இந்தக் கனவுக்கு நான் என்ன கைம்மாறு செய்வேன்!

குறள் எண்: 1212

குறள்:

கயல் உண் கண் யான் இரப்பத் துஞ்சின், கலந்தார்க்கு
உயல் உண்மை சாற்றுவேன் மன்

இந்தக் குறளை எப்படி மாற்றிப் படிக்கவேண்டும்:

கயல் உண் கண் யான் இரப்பத் துஞ்சின், கலந்தார்க்கு உயல் உண்மை சாற்றுவேன் மன்

இந்தக் குறளில் உள்ள கடினமான சொற்களும் அவற்றின் பொருளும்:

கயல் => மீன்

உண் கண் => மையுண்ட / மை பூசிய கண்கள்

யான் => நான்

இரப்ப => கெஞ்சிக் கேட்க

துஞ்சின் => தூங்கினால்

கலந்தார்க்கு => எனக்குள் கலந்த என் காதலனிடம்

உயல் உண்மை => நான் பிரிவுத் துன்பத்தைப் பொறுத்துக்கொண்டு உயிர் வாழ்கிற உண்மை

சாற்றுவேன் => சொல்வேன்

மன் => அசைச்சொல் (பொருள் உணர்த்தாத சொல்)

எளிய உரை:

மை பூசிய, மீனைப் போன்ற என்னுடைய கண்களே, உங்களைக் கெஞ்சிக் கேட்கிறேன். தயவுசெய்து தூங்குங்கள். அப்படித் தூங்கினால், எனக்குக் கனவு வரும்; கனவில் என் காதலன் வருவான்; நான் அவனுடன் பேசுவேன், அவனைப் பிரிந்த துன்பத்தைப் பொறுத்துக்கொண்டு நான் எப்படியோ உயிர் வாழ்கிறேன் என்கிற உண்மையை அவனிடம் சொல்வேன்.

குறள் எண்: 1213

குறள்:

நனவினால் நல்காதவரைக் கனவினால்
காண்டலின் உண்டு என் உயிர்

இந்தக் குறளை எப்படி மாற்றிப் படிக்கவேண்டும்:

நனவினால் நல்காதவரைக் கனவினால் காண்டலின் என் உயிர் உண்டு

இந்தக் குறளில் உள்ள கடினமான சொற்களும் அவற்றின் பொருளும்:

நனவினால் => உண்மையில்

நல்காதவரை => அன்பு செய்யாத என் காதலனை

கனவினால் => கனவில்

காண்டலின் => காணுவதால்

உண்டு => உள்ளது

எளிய உரை:

என் காதலன் என்னை நேசிக்கவில்லை. ஆனால், அவன் நாள்தோறும் என்னுடைய கனவில் வருகிறான். அதனால் நான் இன்னும் உயிர் வாழ்கிறேன்.

குறள் எண்: 1214

குறள்:

கனவினான் உண்டாகும் காமம், நனவினான்
நல்காரை நாடித் தரற்கு

இந்தக் குறளை எப்படி மாற்றிப் படிக்கவேண்டும்:

நனவினான் நல்காரை நாடித் தரற்குக் கனவினான் உண்டாகும் காமம்

இந்தக் குறளில் உள்ள கடினமான சொற்களும் அவற்றின் பொருளும்:

கனவினான் => கனவில்

காமம் => காதல்

நனவினான் => உண்மையில்

நல்காரை => அன்பு செய்யாத என் காதலனை

நாடித் தரற்கு => தேடித் தருவதால்

எளிய உரை:

என் காதலன் என்னை நேசிக்கவில்லை. ஆனால், அவன் நாள்தோறும் என்னுடைய கனவில் வருகிறான். அதனால் நான் அவனைத் தொடர்ந்து காதலிக்கிறேன்.

குறள் எண்: 1215

குறள்:

நனவினால் கண்டதூஉம் ஆங்கே கனவும்தான்
கண்ட பொழுதே இனிது

இந்தக் குறளை எப்படி மாற்றிப் படிக்கவேண்டும்:

நனவினால் கண்டதூஉம் ஆங்கே கண்ட பொழுதே இனிது, கனவும்தான் (கண்ட பொழுதே இனிது)

இந்தக் குறளில் உள்ள கடினமான சொற்களும் அவற்றின் பொருளும்:

நனவினால் => உண்மையில்

கண்டதூஉம் => கண்டதும்

ஆங்கே => அங்கு

பொழுது => நேரம்

இனிது => இனியது

எளிய உரை:

என் காதலனை நேரில் காண்பது இனிமை. அவனைக் கனவில் காண்பதும் இனிமைதான்.

குறள் எண்: 1216

குறள்:

நனவு என ஒன்று இல்லை ஆயின் கனவினான்
காதலர் நீங்கலர் மன்

இந்தக் குறளை எப்படி மாற்றிப் படிக்கவேண்டும்:

நனவு என ஒன்று இல்லை ஆயின் கனவினான் காதலர் நீங்கலர் மன்

இந்தக் குறளில் உள்ள கடினமான சொற்களும் அவற்றின் பொருளும்:

நனவு => உண்மை வாழ்க்கை

இல்லை ஆயின் => இல்லாவிட்டால்

கனவினான் => கனவில்

நீங்கலர் => நீங்கமாட்டார்

மன் => அசைச்சொல் (பொருள் உணர்த்தாத சொல்)

எளிய உரை:

தூங்கினால் கனவு வருகிறது; அதில் என் காதலன் வருகிறான்; நாங்கள் மகிழ்ச்சியாகப் பேசிச் சிரிக்கிறோம்.

அதனால், நான் தொடர்ந்து தூங்கிக்கொண்டே இருக்க விரும்புகிறேன். அப்போதுதான் என் காதலன் எந்நேரமும் என்னுடன் இருப்பான்!

குறள் எண்: 1217

குறள்:

நனவினான் நல்காக் கொடியார் கனவினான்
என் எம்மைப் பீழிப்பது

இந்தக் குறளை எப்படி மாற்றிப் படிக்கவேண்டும்:

நனவினான் நல்காக் கொடியார் கனவினான் எம்மைப் பீழிப்பது என்

இந்தக் குறளில் உள்ள கடினமான சொற்களும் அவற்றின் பொருளும்:

நனவினான் => உண்மையில்

நல்கா => அன்பை வழங்காத

கொடியார் => கொடியவனான என் காதலன்

கனவினான் => கனவில்

என் => ஏன்

எம்மை => என்னை

பீழிப்பது => துன்பப்படுத்துவது

எளிய உரை:

என் காதலன் என்னைப் பார்க்க வருவதில்லை, என்மீது அன்பு செலுத்துவதில்லை.

ஆனால், அவன் என் கனவில் வருகிறான், என்னைத் துன்பப்படுத்துகிறான். இது சரியா?

குறள் எண்: 1218

குறள்:

துஞ்சுங்கால் தோள் மேலர் ஆகி, விழிக்குங்கால்
நெஞ்சத்தர் ஆவர் விரைந்து

இந்தக் குறளை எப்படி மாற்றிப் படிக்கவேண்டும்:

துஞ்சுங்கால் தோள் மேலர் ஆகி, விழிக்குங்கால் விரைந்து நெஞ்சத்தர் ஆவர்

இந்தக் குறளில் உள்ள கடினமான சொற்களும் அவற்றின் பொருளும்:

துஞ்சுங்கால் => தூங்கும்போது

தோள் மேலர் => தோளுக்கு மேல் வருபவர் / அணைப்பவர்

விழிக்குங்கால் => விழித்து எழும்போது

நெஞ்சத்தர் => நெஞ்சத்தில் இருப்பவர்

ஆவர் => ஆவார்

எளிய உரை:

நான் தூங்குகிறேன், கனவு காண்கிறேன். அதில் என் காதலன் வருகிறான், என் தோள்களை அணைக்கிறான்.

பிறகு, நான் விழித்துக்கொள்கிறேன். கனவு கலைந்துவிடுகிறது. என் காதலன் சட்டென்று பழையபடி என் நெஞ்சுக்குள் சென்றுவிடுகிறான்.

குறள் எண்: 1219

குறள்:

நனவினால் நல்காரை நோவர், கனவினால்
காதலர்க் காணாதவர்

இந்தக் குறளை எப்படி மாற்றிப் படிக்கவேண்டும்:
கனவினால் காதலர்க் காணாதவர் நனவினால் நல்காரை நோவர்

இந்தக் குறளில் உள்ள கடினமான சொற்களும் அவற்றின் பொருளும்:

நனவினால் => உண்மையில்

நல்காரை => அன்பு செலுத்தாதவரை

நோவர் => நொந்துகொள்வார்கள்

கனவினால் => கனவில்

காதலர்க் காணாதவர் => காதலரைக் காணாதவர்

எளிய உரை:

காதலனைக் கனவில் காணாத பெண்கள்தான் ‘அவன் என்மீது அன்பு செலுத்துவதில்லை’ என்று புலம்பிக்கொண்டிருப்பார்கள்.

குறள் எண்: 1220

குறள்:

நனவினால் நம் நீத்தார் என்பர், கனவினால்
காணார்கொல் இவ் ஊரவர்

இந்தக் குறளை எப்படி மாற்றிப் படிக்கவேண்டும்:

இவ் ஊரவர் நனவினால் நம் நீத்தார் என்பர், (இவ் ஊரவர்) கனவினால் காணார்கொல்

இந்தக் குறளில் உள்ள கடினமான சொற்களும் அவற்றின் பொருளும்:

நனவினால் => உண்மையில்

நம் நீத்தார் => என்னை விட்டுச் சென்றுவிட்டான்

என்பர் => என்பார்கள்

கனவினால் => கனவில்

காணார்கொல் => பார்ப்பதில்லையோ

இவ் ஊரவர் => இந்த ஊர் மக்கள்

எளிய உரை:

இந்த ஊர் மக்கள் என்னைப் பார்த்துக் கேலி பேசுகிறார்கள், ‘இவளுடைய காதலன் இவளை விட்டுச் சென்றுவிட்டான்’ என்று கிண்டலடிக்கிறார்கள்.

இவர்கள் எல்லாரும் சரியான முட்டாள்கள். நாள்தோறும் என் காதலன் என்னுடைய கனவில் வருகிறான், என்மீது அன்பைப் பொழிகிறான். அந்த உண்மை இவர்களுக்குத் தெரியாது!

அதிகாரம் 123: பொழுது கண்டு இரங்கல் (காதலனைப் பிரிந்த காதலி மாலைப் பொழுதைக் கண்டு வருந்துதல்)

குறள் எண்: 1221

குறள்:

மாலையோ, அல்லை, மணந்தார் உயிர் உண்ணும்
வேலை நீ, வாழி, பொழுது

இந்தக் குறளை எப்படி மாற்றிப் படிக்கவேண்டும்:

பொழுது, நீ மாலையோ? அல்லை, மணந்தார் உயிர் உண்ணும் வேலை. வாழி

இந்தக் குறளில் உள்ள கடினமான சொற்களும் அவற்றின் பொருளும்:

மாலையோ => மாலைப் பொழுதுதானா?

அல்லை => இல்லை

மணந்தார் => காதலனை மணந்த பெண்கள்

வேலை => வேலாக இருக்கிறாய்

வாழி => வாழ்க

பொழுது => (மாலை) நேரம்

எளிய உரை:

மாலைப் பொழுதே,

காதலனைப் பிரிந்த பெண்களுடைய உயிரையெல்லாம் நீ குடிக்கிறாய். உண்மையில் நீ மாலைப் பொழுதுதானா, அல்லது, கொடிய வேலா? நீ வாழ்க!

குறள் எண்: 1222

குறள்:

புன் கண்ணை, வாழி, மருள் மாலை, எம் கேள்போல்
வன்கண்ணதோ நின் துணை

இந்தக் குறளை எப்படி மாற்றிப் படிக்கவேண்டும்:

மருள் மாலை, புன்கண்ணை, நின் துணை எம் கேள்போல் வன்கண்ணதோ, வாழி

இந்தக் குறளில் உள்ள கடினமான சொற்களும் அவற்றின் பொருளும்:

புன்கண்ணை => ஒளியிழந்த கண்களுடன் இருக்கிறாய்

வாழி => வாழ்க

மருள் => மயங்கிய

எம் கேள்போல் => என் காதலனைப்போல

வன்கண்ணதோ => கொடுமையானதோ

நின் => உன்னுடைய

எளிய உரை:

மயங்கிய மாலைப் பொழுதே,

உன் கண்கள் ஒளியிழந்திருப்பது ஏன்? ஒருவேளை, என் காதலனைப்போல் உன் காதலனும் கொடுமைக்காரனோ! அவன் உன்னை விட்டுப் பிரிந்து சென்றுவிட்டானோ! அதனால்தான் நீ இப்படி வருந்திக்கொண்டிருக்கிறாயோ! நீ வாழ்க!

குறள் எண்: 1223

குறள்:

பனி அரும்பிப் பைதல் கொள் மாலை துனி அரும்பித்
துன்பம் வளர வரும்

இந்தக் குறளை எப்படி மாற்றிப் படிக்கவேண்டும்:

பனி அரும்பிப் பைதல் கொள் மாலை துனி அரும்பித் துன்பம் வளர வரும்

இந்தக் குறளில் உள்ள கடினமான சொற்களும் அவற்றின் பொருளும்:

பனி => குளிர்

அரும்பி => உண்டாகி

பைதல் => துன்பம்

கொள் => கொள்கிற

துனி => வெறுப்பு

வளர => வளரும்படி

எளிய உரை:

குளிர்ச்சியான இந்த மாலைப் பொழுது துன்பத்தைக் கொண்டுவருகிறது, வெறுப்பை உண்டாக்குகிறது, என்னுடைய காதல் துன்பத்தை மேலும் மேலும் வளர்க்கிறது.

குறள் எண்: 1224

குறள்:

> **காதலர் இல் வழி, மாலை கொலைக் களத்து**
> **ஏதிலர் போல வரும்**

இந்தக் குறளை எப்படி மாற்றிப் படிக்கவேண்டும்:

> **காதலர் இல் வழி, மாலை கொலைக் களத்து ஏதிலர் போல வரும்**

இந்தக் குறளில் உள்ள கடினமான சொற்களும் அவற்றின் பொருளும்:

இல் வழி => இல்லாதபோது

களத்து => களத்தில்

ஏதிலர் => பகைவர் / கொலை செய்கிறவர்கள்

எளிய உரை:

என் காதலன் அருகில் இல்லாதபோது, மாலைப் பொழுது கொல்ல வரும் பகைவனைப்போல் வருகிறது.

குறள் எண்: 1225

குறள்:

காலைக்குச் செய்த நன்று என்கொல், எவன்கொல் யான்
மாலைக்குச் செய்த பகை

இந்தக் குறளை எப்படி மாற்றிப் படிக்கவேண்டும்:

யான் காலைக்குச் செய்த நன்று என்கொல், (யான்) மாலைக்குச் செய்த பகை எவன்கொல்

இந்தக் குறளில் உள்ள கடினமான சொற்களும் அவற்றின் பொருளும்:

நன்று => நன்மை

என்கொல் => என்னவோ

எவன்கொல் => என்னவோ

யான் => நான்

எளிய உரை:

காலைப் பொழுது எனக்கு மகிழ்ச்சியைத் தருகிறது. ஆனால், மாலைப் பொழுது என்னைத் துன்புறுத்துகிறது. இது ஏன்? நான் காலைப் பொழுதுக்கு என்ன நன்மை செய்தேன்? மாலைப் பொழுதுக்கு என்ன தீமை செய்தேன்?

குறள் எண்: 1226

குறள்:

மாலை நோய் செய்தல் மணந்தார் அகலாத
காலை அறிந்தது இலேன்

இந்தக் குறளை எப்படி மாற்றிப் படிக்கவேண்டும்:

மணந்தார் அகலாத காலை, மாலை நோய் செய்தல் அறிந்தது இலேன்

இந்தக் குறளில் உள்ள கடினமான சொற்களும் அவற்றின் பொருளும்:

செய்தல்	=>	*செய்வது*
மணந்தார்	=>	*என்னைத் திருமணம் செய்துகொண்ட என் காதலர்*
அகலாத காலை	=>	*நீங்காதபோது*
அறிந்தது இலேன்	=>	*நான் அறிந்திருக்கவில்லை*

எளிய உரை:

என் காதலன் என்னோடு இருந்தபோது மாலைப் பொழுதுகள் இனிமையாக இருந்தன. ஆனால் இப்போது, அவன் என்னைப் பிரிந்துவிட்டதால் அதே மாலைப் பொழுதுகள் எனக்குக் காதல் நோயைக் கொடுத்துத் துன்புறுத்துகின்றன. இந்த மாலைப் பொழுது இப்படி இனம் மாறிவிடும் என்று அப்போது எனக்குத் தெரிந்திருக்கவில்லை!

குறள் எண்: 1227

குறள்:

காலை அரும்பி, பகல் எல்லாம் போது ஆகி,
மாலை மலரும் இந் நோய்

இந்தக் குறளை எப்படி மாற்றிப் படிக்கவேண்டும்:

இந் நோய் காலை அரும்பி, பகல் எல்லாம் போது ஆகி, மாலை மலரும்

இந்தக் குறளில் உள்ள கடினமான சொற்களும் அவற்றின் பொருளும்:

அரும்பி => அரும்பு விட்டு

போது => பெரிய அரும்பு

இந் நோய் => இந்த நோய்

எளிய உரை:

இந்தக் காதல் நோய் காலையில் அரும்புகிறது, பகலெல்லாம் மொட்டு விடுகிறது, மாலையில் மலர்கிறது.

குறள் எண்: 1228

குறள்:

அழல் போலும் மாலைக்குத் தூது ஆகி, ஆயன்
குழல் போலும் கொல்லும் படை

இந்தக் குறளை எப்படி மாற்றிப் படிக்கவேண்டும்:

ஆயன் குழல் அழல் போலும் மாலைக்குத் தூது ஆகி, கொல்லும் படை போலும்

இந்தக் குறளில் உள்ள கடினமான சொற்களும் அவற்றின் பொருளும்:

அழல் => நெருப்பு

போலும் => போன்ற

தூது ஆகி => தூதுவராக மாறி

ஆயன் => மாடு மேய்க்கும் இடையர்

குழல் => புல்லாங்குழல்

போலும் => போன்றது

படை => படைக் கருவி / ஆயுதம்

எளிய உரை:

மாடு மேய்க்கும் இடையர் ஒருவர் புல்லாங்குழல் வாசிக்கிறார். அந்த இசை, தீயைப் போல் சுடுகின்ற மாலை நேரத்துடன் சேர்ந்துகொண்டு என்னை வாட்டுகிறது.

குறள் எண்: 1229

குறள்:

பதி மருண்டு பைதல் உழக்கும், மதி மருண்டு
மாலை படர் தரும்போழ்து

இந்தக் குறளை எப்படி மாற்றிப் படிக்கவேண்டும்:

மதி மருண்டு மாலை படர் தரும்போழ்து பதி மருண்டு பைதல் உழக்கும்

இந்தக் குறளில் உள்ள கடினமான சொற்களும் அவற்றின் பொருளும்:

பதி => ஊர்

மருண்டு => மயங்கி

பைதல் => துன்பம்

உழக்கும் => வருத்தத்தை உண்டாக்கும்

மதி => அறிவு

படர் தரும்போழ்து => துன்பத்தைத் தரும்போது

எளிய உரை:

மயக்கத்தைத் தருகிற மாலைப் பொழுது துன்பத்தைப் பொழிகிறது. அதனால் இந்த ஊர் மயங்கித் துன்பப்படுகிறது.

குறள் எண்: 1230

குறள்:

பொருள் மாலையாளரை உள்ளி மருள் மாலை
மாயும் என் மாயா உயிர்

இந்தக் குறளை எப்படி மாற்றிப் படிக்கவேண்டும்:

மருள் மாலை, மாயா என் உயிர் பொருள் மாலையாளரை உள்ளி மாயும்

இந்தக் குறளில் உள்ள கடினமான சொற்களும் அவற்றின் பொருளும்:

பொருள் => செல்வம்

மாலையாளரை => இயல்பைக் கொண்டவரை

உள்ளி => எண்ணி

மருள் => மயக்குகின்ற

மாயும் => இறக்கும்

மாயா => இறக்காத

எளிய உரை:

மயக்கத்தைத் தருகிற மாலைப் பொழுது வந்துவிட்டது. செல்வம் சேர்ப்பதற்காக என்னை விட்டுச் சென்ற என் காதலனை நினைத்து நான் வருந்துகிறேன். இத்தனை நாட்களாக எப்படியோ பிடித்துவைத்திருந்த என் உயிர் இப்போது என்னை விட்டுச் சென்றுவிடுமோ என்று ஏங்குகிறேன்.

அதிகாரம் 124: உறுப்பு நலன் அழிதல்
(காதலனைப் பிரிந்த காதலியின் உறுப்புகள் அழகு இழத்தல்)

குறள் எண்: 1231

குறள்:

சிறுமை நமக்கு ஒழியச் சேண் சென்றார் உள்ளி
நறு மலர் நாணின கண்

இந்தக் குறளை எப்படி மாற்றிப் படிக்கவேண்டும்:

சிறுமை நமக்கு ஒழியச் சேண் சென்றார் உள்ளிக் கண் நறு மலர் நாணின

இந்தக் குறளில் உள்ள கடினமான சொற்களும் அவற்றின் பொருளும்:

சிறுமை	=>	*துன்பம்*
ஒழிய	=>	*இருக்க*
சேண் சென்றார்	=>	*நெடுந்தொலைவு சென்றவர்*
உள்ளி	=>	*நினைத்து*
நறு மலர்	=>	*நறுமணமுள்ள மலர்*
நாணின	=>	*நாணம் கொண்டன*

எளிய உரை:

என் கண்கள் மலர்களைவிட அழகானவை. அதனால், மலர்கள் என்னைக் கண்டால் நாணித் தலை குனியும்.

ஆனால் இப்போது, என் காதலன் என்னை விட்டுப் பிரிந்து நெடுந்தொலைவு சென்றுவிட்டான். அவனை நினைத்து அழுது அழுது என் கண்கள் அழகை இழந்துவிட்டன. அதனால், என் கண்கள் மலர்களைக் கண்டு நாணித் தலை குனிகின்றன.

குறள் எண்: 1232

குறள்:

நயந்தவர் நல்காமை சொல்லுவ போலும்,
பசந்து பனி வாரும் கண்

இந்தக் குறளை எப்படி மாற்றிப் படிக்கவேண்டும்:

பசந்து பனி வாரும் கண் நயந்தவர் நல்காமை சொல்லுவ போலும்

இந்தக் குறளில் உள்ள கடினமான சொற்களும் அவற்றின் பொருளும்:

நயந்தவர் => என்னால் காதலிக்கப்பட்டவர்

நல்காமை => அன்பு செலுத்தாத நிலை

சொல்லுவ போலும் => பிறருக்கு எடுத்துச்சொல்கின்றன போலும்

பசந்து => அழகிய நிறம் மாறி

பனி => நீர்

வாரும் => பொழியும்

எளிய உரை:

என் கண்கள் நிறம் மாறிவிட்டன. அவற்றில் எப்போதும் கண்ணீர் வழிந்துகொண்டிருக்கிறது. என்னுடைய காதலன் என்னை விட்டுச் சென்றுவிட்டான் என்கிற செய்தியை அவை எல்லாருக்கும் சொல்கின்றன!

குறள் எண்: 1233

குறள்:

தணந்தமை சால அறிவிப்ப போலும்,
மணந்த நாள் வீங்கிய தோள்

இந்தக் குறளை எப்படி மாற்றிப் படிக்கவேண்டும்:

மணந்த நாள் வீங்கிய தோள் தணந்தமை சால அறிவிப்ப போலும்

இந்தக் குறளில் உள்ள கடினமான சொற்களும் அவற்றின் பொருளும்:

தணந்தமை	*=> காதலன் பிரிந்து சென்ற நிலை*
சால	*=> நன்றாக*
அறிவிப்ப போலும்	*=> அறிவிக்கின்றன போலும்*
மணந்த	*=> திருமணம் செய்துகொண்ட*
வீங்கிய	*=> இன்பத்தால் பருத்த*

எளிய உரை:

நானும் என் காதலனும் திருமணம் செய்துகொண்டோம். அந்த மகிழ்ச்சியில் என் தோள்கள் பூரித்துப் பெரிதாகின.

இப்போது, என் காதலன் என்னை விட்டுப் பிரிந்து சென்றுவிட்டான். அந்த வருத்தத்தில் என் தோள்கள் மெலிந்துவிட்டன. அவை என்னுடைய பிரிவுத் துன்பத்தை எல்லாருக்கும் சொல்கின்றன!

குறள் எண்: 1234

குறள்:

பணை நீங்கிப் பைந்தொடி சோரும், துணை நீங்கித்
தொல் கவின் வாடிய தோள்

இந்தக் குறளை எப்படி மாற்றிப் படிக்கவேண்டும்:

துணை நீங்கித் தொல் கவின் வாடிய தோள் பணை நீங்கிப் பைந்தொடி சோரும்

இந்தக் குறளில் உள்ள கடினமான சொற்களும் அவற்றின் பொருளும்:

பணை	*=> பெருத்த நிலை*
நீங்கி	*=> அகன்று*
பைந்தொடி	*=> பசும்பொன்னால் ஆன தொடி என்னும் வளையல்*
சோரும்	*=> கழன்றுவிடும்*
துணை	*=> காதலன்*
தொல் கவின்	*=> பழைய அழகு*

எளிய உரை:

என் காதலன் என்னை விட்டுப் பிரிந்து சென்றுவிட்டான். அதனால், என்னுடைய பழைய அழகெல்லாம் போய்விட்டது. பெருத்திருந்த என் தோள்கள் மெலிந்துவிட்டன. நான் அணிந்திருந்த பசும்பொன் வளையல்கள் கழன்று விழுந்துவிட்டன.

குறள் எண்: 1235

குறள்:

கொடியார் கொடுமை உரைக்கும், தொடியொடு
தொல் கவின் வாடிய தோள்

இந்தக் குறளை எப்படி மாற்றிப் படிக்கவேண்டும்:

தொடியொடு தொல் கவின் வாடிய தோள் கொடியார் கொடுமை உரைக்கும்

இந்தக் குறளில் உள்ள கடினமான சொற்களும் அவற்றின் பொருளும்:

கொடியார் => கொடியவர்

உரைக்கும் => சொல்லும்

தொடியொடு => தொடி என்னும் வளையலுடன்

தொல் கவின் => பழைய அழகு

எளிய உரை:

என் காதலன் என்னை விட்டுப் பிரிந்து சென்றுவிட்டான். அதனால், என்னுடைய பழைய அழகெல்லாம் போய்விட்டது. என் தோள்கள் வாடி மெலிந்துவிட்டன. நான் அணிந்திருந்த வளையல்களெல்லாம் கழன்று விழுந்துவிட்டன. என் காதலன் எனக்குச் செய்துள்ள கொடுமையை என்னுடைய வாடிய தோள்களும் கழன்ற வளையல்களும் எல்லாருக்கும் சொல்கின்றன!

குறள் எண்: 1236

குறள்:

தொடியொடு தோள் நெகிழ, நோவல், அவரைக்
கொடியர் எனக் கூறல் நொந்து

இந்தக் குறளை எப்படி மாற்றிப் படிக்கவேண்டும்:

தொடியொடு தோள் நெகிழ, அவரைக் கொடியர் எனக் கூறல் நொந்து நோவல்

இந்தக் குறளில் உள்ள கடினமான சொற்களும் அவற்றின் பொருளும்:

தொடியொடு => தொடி என்னும் வளையலுடன்

நெகிழ => மெலிந்துபோக

நோவல் => நோகிறேன்

கொடியர் => கொடியவர்

கூறல் => சொல்லுதல்

நொந்து => வருந்தி

எளிய உரை:

என் காதலன் என்னை விட்டுப் பிரிந்து சென்றுவிட்டான். அதனால், என்னுடைய தோள்கள் மெலிந்துவிட்டன. நான் அணிந்திருந்த வளையல்கள் கழன்று விழுந்துவிட்டன. இதைப் பார்த்த ஊர் மக்கள், 'இவளுடைய காதலன் பெரிய கொடுமைக்காரன்' என்று பேசுகிறார்கள். அந்தப் பேச்சைப் பொறுத்துக்கொள்ளமுடியாமல் நான் மேலும் வருந்துகிறேன்.

குறள் எண்: 1237

குறள்:

பாடு பெறுதியோ, நெஞ்சே, கொடியார்க்கு என்
வாடு தோள் பூசல் உரைத்து

இந்தக் குறளை எப்படி மாற்றிப் படிக்கவேண்டும்:

நெஞ்சே, கொடியார்க்கு என் வாடு தோள் பூசல் உரைத்துப் பாடு பெறுதியோ

இந்தக் குறளில் உள்ள கடினமான சொற்களும் அவற்றின் பொருளும்:

பாடு	=>	மேம்பாடு / உயர்வு
பெறுதியோ	=>	பெறுவாயோ
கொடியார்க்கு	=>	கொடியவருக்கு
வாடு	=>	வாடுகின்ற
பூசல்	=>	ஆரவாரம்
உரைத்து	=>	சொல்லி

எளிய உரை:

என் நெஞ்சே,

கொடுமைக்காரனான என் காதலனிடம் போ. அவன் என்னை விட்டுப் பிரிந்ததால் என் தோள்கள் வாடி மெலிந்துவிட்டன என்று சொல். அதைப் பார்த்த ஊர் மக்கள் எங்களைப்பற்றி இழிவாகப் பேசிக் கேலி செய்கிறார்கள் என்று சொல். இதைச் செய்தால் உனக்குப் பெருமை உண்டாகும்.

குறள் எண்: 1238

குறள்:

முயங்கிய கைகளை ஊக்க, பசந்தது
பைந்தொடிப் பேதை நுதல்

இந்தக் குறளை எப்படி மாற்றிப் படிக்கவேண்டும்:

பைந்தொடிப் பேதை முயங்கிய கைகளை ஊக்க, (பேதை) நுதல் பசந்தது

இந்தக் குறளில் உள்ள கடினமான சொற்களும் அவற்றின் பொருளும்:

முயங்கிய => அணைத்த

ஊக்க => தளர்த்த / நெகிழ்த்த

பசந்தது => பசலை கொண்டது / நிறம் மாறிவிட்டது

பைந்தொடி => பசும்பொன்னால் ஆன தொடி என்னும் வளையல்

பேதை => பெண்

நுதல் => நெற்றி

எளிய உரை:

பசும்பொன்னால் ஆன தொடிகளை அணிந்த என் காதலி என்னை அணைத்துக்கொண்டு தூங்கினாள். இப்படி அணைத்தால் இவளுக்குக் கை வலிக்குமே என்று எண்ணி அந்தக் கைகளைச் சற்றுத் தளர்த்தினேன்.

அவ்வளவுதான். அந்தச் சிறு பிரிவைக்கூடத் தாங்கமுடியாமல் அவளுடைய நெற்றியில் பசலை படர்ந்துவிட்டது.

குறள் எண்: 1239

குறள்:

முயக்கு இடைத் தண் வளி போழ, பசப்பு உற்ற
பேதை பெரு மழைக் கண்

இந்தக் குறளை எப்படி மாற்றிப் படிக்கவேண்டும்:

முயக்கு இடைத் தண் வளி போழ, பேதை பெரு மழைக் கண் பசப்பு உற்ற

இந்தக் குறளில் உள்ள கடினமான சொற்களும் அவற்றின் பொருளும்:

முயக்கு	=> தழுவல் / அணைப்பு
இடை	=> நடுவில்
தண்	=> குளிர்ந்த
வளி	=> காற்று
போழ	=> நுழைய
பசப்பு உற்ற	=> பசலை கொண்டன / நிறம் மாறிவிட்டன
பேதை	=> பெண்
பெரு	=> பெரிய
மழை	=> குளிர்ந்த

எளிய உரை:

என் காதலியை அணைத்தேன். அப்போது, குளிர்ந்த காற்று எங்களுக்கிடையில் நுழைந்தது.

அவ்வளவுதான். அந்தச் சிறு பிரிவைக்கூடத் தாங்கமுடியாமல் அவளுடைய பெரிய, குளிர்ச்சியான கண்கள் நிறம் மாறிவிட்டன.

குறள் எண்: 1240

குறள்:

கண்ணின் பசப்போ பருவரல் எய்தின்றே
ஒள் நுதல் செய்தது கண்டு

இந்தக் குறளை எப்படி மாற்றிப் படிக்கவேண்டும்:

ஒள் நுதல் செய்தது கண்டு கண்ணின் பசப்போ பருவரல் எய்தின்றே

இந்தக் குறளில் உள்ள கடினமான சொற்களும் அவற்றின் பொருளும்:

பசப்பு => பசலை / நிறமாற்றம்

பருவரல் => துன்பம்

எய்தின்று => அடைந்துவிட்டது

ஒள் => ஒளி பொருந்திய

நுதல் => நெற்றி

எளிய உரை:

என் காதலன் என்னை விட்டுப் பிரிந்து சென்றான். அதனால், ஒளி பொருந்திய என்னுடைய நெற்றியிலும் கண்களிலும் பசலை படர்ந்தது. கண்களின் பசலை நெற்றியின் பசலையைப் பார்த்துத் துன்பப்பட்டது.

அதிகாரம் 125: நெஞ்சொடு கிளத்தல் (நெஞ்சுடன் பேசுதல்)

குறள் எண்: 1241

குறள்:

**நினைத்து ஒன்று சொல்லாயோ, நெஞ்சே, எனைத்து ஒன்றும்
எவ்வ நோய் தீர்க்கும் மருந்து**

இந்தக் குறளை எப்படி மாற்றிப் படிக்கவேண்டும்:

நெஞ்சே, எனைத்து ஒன்றும் எவ்வ நோய் தீர்க்கும் மருந்து ஒன்று நினைத்துச் சொல்லாயோ

இந்தக் குறளில் உள்ள கடினமான சொற்களும் அவற்றின் பொருளும்:

நினைத்து => எண்ணிப் பார்த்து

சொல்லாயோ => சொல்லமாட்டாயா

எனைத்து ஒன்றும் => எப்படிப்பட்டதானாலும் / எவ்வளவு சிறிதானாலும்

எவ்வம் => துன்பம்

எளிய உரை:

நெஞ்சே, என்னுடைய காதல் துன்பத்தைச் சிறிதளவேனும் தீர்க்கக்கூடிய மருந்து ஒன்றைச் சிந்தித்துச் சொல்லமாட்டாயா!

குறள் எண்: 1242

குறள்:

காதல் அவர் இலர் ஆக நீ நோவது
பேதைமை, வாழி, என் நெஞ்சு

இந்தக் குறளை எப்படி மாற்றிப் படிக்கவேண்டும்:

என் நெஞ்சு, வாழி, அவர் காதல் இலர் ஆக நீ நோவது பேதைமை

இந்தக் குறளில் உள்ள கடினமான சொற்களும் அவற்றின் பொருளும்:

இலர் ஆல => இல்லாதவராக இருக்க

நோவது => வருந்துவது

பேதைமை => முட்டாள்தனம்

வாழி => வாழ்க

எளிய உரை:

என் நெஞ்சே, நீ வாழ்க,

அவனுக்கு என்மீது காதல் இல்லை. பிறகு ஏன் நீ அவனை நினைத்து வருந்திக்கொண்டிருக்கிறாய்? இது சரியான முட்டாள்தனம்!

குறள் எண்: 1243

குறள்:

இருந்து உள்ளி என் பரிதல், நெஞ்சே, பரிந்து உள்ளல்
பைதல் நோய் செய்தார்கண் இல்

இந்தக் குறளை எப்படி மாற்றிப் படிக்கவேண்டும்:

நெஞ்சே, பைதல் நோய் செய்தார்கண் பரிந்து உள்ளல் இல். இருந்து உள்ளிப் பரிதல் என்?

இந்தக் குறளில் உள்ள கடினமான சொற்களும் அவற்றின் பொருளும்:

உள்ளி => நினைத்து

என் => ஏன்

பரிதல் => வருந்துதல்

பரிந்து => இரக்கப்பட்டு

உள்ளல் => நினைத்தல்

பைதல் => துன்பம்

செய்தார்கண் => செய்தவரிடம்

இல் => இல்லை

எளிய உரை:

நெஞ்சே,

என் காதலன் எனக்குக் காதல் நோயைக் கொடுத்துத் துன்பப்படுத்துகிறான். அவன் என்னை நினைப்பதும் இல்லை, என்மீது இரக்கப்படுவதும் இல்லை.

ஆனால் நீயோ, இங்கு இருந்துகொண்டு அவனை நினைத்து வருந்திக்கொண்டிருக்கிறாய். இது ஏன்? (நீ அங்கு சென்று அவனிடம் பேசு.)

குறள் எண்: 1244

குறள்:

கண்ணும் கொளச் சேறி, நெஞ்சே, இவை என்னைத்
தின்னும் அவர்க் காணல் உற்று

இந்தக் குறளை எப்படி மாற்றிப் படிக்கவேண்டும்:

நெஞ்சே, கண்ணும் கொளச் சேறி, இவை அவர்க் காணல் உற்று என்னைத் தின்னும்

இந்தக் குறளில் உள்ள கடினமான சொற்களும் அவற்றின் பொருளும்:

கொளச் சேறி => கொண்டு செல்

இவை => இந்தக் கண்கள்

அவர்க் காணல் உற்று => என் காதலனைப் பார்க்கவேண்டும் என்பதற்காக

எளிய உரை:

நெஞ்சே,

என் கண்கள் என் காதலனைப் பார்க்கவேண்டும் என்று ஏங்குகின்றன, அதற்காக என்னை மிகவும் துன்புறுத்துகின்றன.

அதனால், நீ என் காதலனைப் பார்க்கச் செல்லும்போது தனியாகச் செல்லாதே. இந்தக் கண்களையும் உன்னுடன் அழைத்துக்கொண்டு செல்.

குறள் எண்: 1245

குறள்:

செற்றார் எனக் கைவிடல் உண்டோ, நெஞ்சே, யாம்
உற்றால் உறாஅதவர்

இந்தக் குறளை எப்படி மாற்றிப் படிக்கவேண்டும்:

நெஞ்சே, யாம் உற்றால் உறாஅதவர் செற்றார் எனக் கைவிடல் உண்டோ?

இந்தக் குறளில் உள்ள கடினமான சொற்களும் அவற்றின் பொருளும்:

செற்றார் => பகைவர் / அன்பில்லாதவர்

கைவிடல் => அவனை விட்டுவிட்டு வருதல்

உண்டோ => நம்மால் இயலுமா

யாம் => நாம்

உற்றால் => அன்பு கொண்டால்

உறாஅதவர் => அன்பு கொள்ளாதவர்

எளிய உரை:

நெஞ்சே,

நாம் அவன்மீது அன்பு செலுத்துகிறோம். ஆனால், அவன் நம்மீது அன்பு செலுத்தவில்லை. என்றாலும், நம்மால் அவனை விட்டுவிட்டு வரமுடியவில்லையே!

குறள் எண்: 1246

குறள்:

கலந்து உணர்த்தும் காதலர்க் கண்டால் புலந்து உணராய்,
பொய்க் காய்வு காய்தி, என் நெஞ்சு

இந்தக் குறளை எப்படி மாற்றிப் படிக்கவேண்டும்:

என் நெஞ்சு, கலந்து உணர்த்தும் காதலர்க் கண்டால் புலந்து உணராய், பொய்க் காய்வு காய்தி

இந்தக் குறளில் உள்ள கடினமான சொற்களும் அவற்றின் பொருளும்:

கலந்து => ஒன்றுகூடி

உணர்த்தும் => ஊடலை நீக்கும்

காதலர்க் கண்டால் => காதலனைக் கண்டால்

புலந்து => ஊடல் கொண்டு

உணராய் => அறியமாட்டாய் / உனக்கு அது தெரியாது

பொய்க் காய்வு => பொய்யான சினம்

காய்தி => காய்கிறாய் / சினம் கொள்கிறாய்

எளிய உரை:

என் நெஞ்சே,

நான் அவ்வப்போது என் காதலனிடம் ஊடல் கொள்வேன். அவன் என்னை அணைத்து அந்த ஊடலைத் தீர்ப்பான்.

ஆனால் நீ, எப்போதும் என் காதலன்மீது ஊடல் கொண்டதில்லை. ஊடல் கொள்வது எப்படி என்றுகூட உனக்குத் தெரியாது.

அதனால், இப்போது நீ அவன்மீது சினம் கொண்டு பேசுவதெல்லாம் உண்மையில்லை, சும்மா விளையாட்டுதான்!

குறள் எண்: 1247

குறள்:

காமம் விடு ஒன்றோ, நாண் விடு, நல் நெஞ்சே,
யானோ பொறேன் இவ் இரண்டு

இந்தக் குறளை எப்படி மாற்றிப் படிக்கவேண்டும்:

நல் நெஞ்சே, ஒன்றோ காமம் விடு, (ஒன்றோ) நாண் விடு, யானோ இவ் இரண்டு பொறேன்

இந்தக் குறளில் உள்ள கடினமான சொற்களும் அவற்றின் பொருளும்:

காமம் => காதல்

ஒன்றோ => ஒன்று

நாண் => நாணம் / வெட்கம்

யானோ => நானோ

பொறேன் => பொறுத்துக்கொள்ளமாட்டேன்

இவ் இரண்டு => இந்த இரண்டு

எளிய உரை:

என்னுடைய நல்ல நெஞ்சே,

ஒன்று, காதலை விட்டுவிடு. இல்லாவிட்டால், நாணத்தை விட்டுவிடு. இந்த இரண்டையும் ஒன்றாகத் தாங்கிக்கொள்ளும் வலிமை எனக்கு இல்லை.

குறள் எண்: 1248

குறள்:

பரிந்து அவர் நல்கார் என்று ஏங்கிப் பிரிந்தவர்
பின் செல்வாய், பேதை, என் நெஞ்சு

இந்தக் குறளை எப்படி மாற்றிப் படிக்கவேண்டும்:

என் நெஞ்சு, அவர் பரிந்து நல்கார் என்று ஏங்கிப் பிரிந்தவர் பின் செல்வாய், பேதை

இந்தக் குறளில் உள்ள கடினமான சொற்களும் அவற்றின் பொருளும்:

பரிந்து => அன்பு காட்டி

நல்கார் => (அன்பை) வழங்கமாட்டார்

பிரிந்தவர் பின் => பிரிந்து சென்ற காதலனுக்குப் பின்னால்

பேதை => அறிவற்றது

எளிய உரை:

என் நெஞ்சே,

என் காதலன் என்மீது அன்பு செலுத்தவில்லை, என்னை விட்டுப் பிரிந்து செல்கிறான். அதைக் கண்ட நீ ஏக்கத்துடன் அவனுக்குப் பின்னால் செல்கிறாய். நீ சரியான முட்டாள். (நீ எவ்வளவுதான் கெஞ்சினாலும் அவன் மனம் இரங்கமாட்டான்.)

குறள் எண்: 1249

குறள்:

உள்ளத்தார் காதலவர் ஆக, உள்ளி நீ
யாருழைச் சேறி, என் நெஞ்சு

இந்தக் குறளை எப்படி மாற்றிப் படிக்கவேண்டும்:

என் நெஞ்சு, காதலவர் உள்ளத்தார் ஆக, நீ உள்ளி யாருழைச் சேறி?

இந்தக் குறளில் உள்ள கடினமான சொற்களும் அவற்றின் பொருளும்:

உள்ளத்தார் => மனத்தில் தங்கியிருப்பவர்

காதலவர் => காதலன்

உள்ளி => நினைத்து

யாருழை => யாரிடம்

சேறி => செல்கிறாய்

எளிய உரை:

என் நெஞ்சே,

என் காதலன் என் உள்ளத்தில்தான் இருக்கிறான். ஆனால் நீயோ அவனைத் தேடி அங்கும் இங்கும் திரிகிறாய். இது ஏன்?

குறள் எண்: 1250

குறள்:

துன்னாத் துறந்தாரை நெஞ்சத்து உடையேமா
இன்னும் இழத்தும் கவின்

இந்தக் குறளை எப்படி மாற்றிப் படிக்கவேண்டும்:

துன்னாத் துறந்தாரை நெஞ்சத்து உடையேமா இன்னும் கவின் இழத்தும்

இந்தக் குறளில் உள்ள கடினமான சொற்களும் அவற்றின் பொருளும்:

துன்னா => நெருங்காமல் / கூட இருக்காமல்

துறந்தாரை => பிரிந்தவரை

நெஞ்சத்து => நெஞ்சத்தில்

உடையேமா => கொண்டிருப்பதால்

இழத்தும் => இழப்போம்

கவின் => அழகு

எளிய உரை:

என் காதலன் என்னை விட்டுப் பிரிந்து சென்றுவிட்டான். ஆனாலும் நான் அவனை மறக்கவில்லை. இப்போதும் அவனை என் நெஞ்சுக்குள்தான் வைத்திருக்கிறேன். அதனால், ஒவ்வொரு நாளும் என்னுடைய அழகை மேலும் மேலும் இழக்கிறேன்.

அதிகாரம் 126: நிறை அழிதல்
(மனத்தில் உள்ள காதலை வெளிப்படையாகச் சொல்லுதல்)

குறள் எண்: 1251

குறள்:

காமக் கணிச்சி உடைக்கும், நிறை என்னும்
நாணுத் தாழ் வீழ்த்த கதவு

இந்தக் குறளை எப்படி மாற்றிப் படிக்கவேண்டும்:

நிறை என்னும் நாணுத் தாழ் வீழ்த்த கதவு காமக் கணிச்சி உடைக்கும்

இந்தக் குறளில் உள்ள கடினமான சொற்களும் அவற்றின் பொருளும்:

காம => காதல்

கணிச்சி => கோடரி

நிறை => மன உறுதி / இரகசியத்தை மறைத்துவைக்கும் பண்பு

நாணுத் தாழ் => நாணமாகிய தாழ்ப்பாள்

வீழ்த்த => போட்ட

எளிய உரை:

என் மனத்தில் உள்ள ஆசைகளை யாரிடமும் சொல்லக்கூடாது என்று உறுதியான கதவைப் போட்டு மூடினேன், அதில் நாணம் என்னும் தாழ்ப்பாளைப் போட்டுப் பாதுகாத்தேன்.

ஆனால், காதல் என்கிற கோடரி அந்த உறுதியான கதவை உடைத்து எறிந்துவிட்டது.

குறள் எண்: 1252

குறள்:

காமம் என ஒன்று, ஓ, கண் இன்று, என் நெஞ்சத்தை
யாமத்தும் ஆளும் தொழில்

இந்தக் குறளை எப்படி மாற்றிப் படிக்கவேண்டும்:

காமம் என ஒன்று கண் இன்று, என் நெஞ்சத்தை யாமத்தும் தொழில் ஆளும், ஓ!

இந்தக் குறளில் உள்ள கடினமான சொற்களும் அவற்றின் பொருளும்:

காமம் => காதல்

ஓ => அடடா

கண் இன்று => இரக்கமில்லாதது

யாமத்தும் => நள்ளிரவிலும்

ஆளும் => ஆட்சி செய்யும்

தொழில் => செயல்படுத்துதல்

எளிய உரை:

இந்தக் காதலுக்குக் கொஞ்சம்கூட இரக்கமில்லை. இரவும் பகலும் என் நெஞ்சத்தை அதுதான் ஆள்கிறது!

குறள் எண்: 1253

குறள்:

மறைப்பேன் மன் காமத்தை யான், ஓ, குறிப்பு இன்றித்
தும்மல்போல் தோன்றிவிடும்

இந்தக் குறளை எப்படி மாற்றிப் படிக்கவேண்டும்:

யான் காமத்தை மறைப்பேன் மன், (காமம்) குறிப்பு இன்றித் தும்மல்போல் தோன்றிவிடும், ஓ!

இந்தக் குறளில் உள்ள கடினமான சொற்களும் அவற்றின் பொருளும்:

மன் => அசைச்சொல் (பொருள் உணர்த்தாத சொல்)

காமத்தை => காதலை

யான் => நான்

ஓ => அடடா

குறிப்பு இன்றி => எந்த நினைவூட்டலும் இல்லாமல் / திடீரென்று

எளிய உரை:

நான் என் காதலை நெஞ்சுக்குள் மறைத்துவைக்க முயல்கிறேன். ஆனால், அது திடீரென்று தும்மலைப்போல் தானாக வெளிப்பட்டுவிடுகிறது!

குறள் எண்: 1254

குறள்:

நிறை உடையேன் என்பேன் மன் யான், ஓ, என் காமம்
மறை இறந்து மன்று படும்

இந்தக் குறளை எப்படி மாற்றிப் படிக்கவேண்டும்:

யான் நிறை உடையேன் என்பேன் மன். என் காமம் மறை இறந்து மன்று படும், ஓ!

இந்தக் குறளில் உள்ள கடினமான சொற்களும் அவற்றின் பொருளும்:

நிறை உடையேன் => மன உறுதி கொண்டுள்ளேன் / என்னால் இரகசியங்களை மறைத்துவைக்க இயலும்

என்பேன் => என்று சொல்வேன்

மன் => அசைச்சொல் (பொருள் உணர்த்தாத சொல்)

யான் => நான்

ஓ => அடடா

காமம் => காதல்

மறை => மறைத்துவைத்த இரகசியம்

இறந்து => கடந்து

மன்று => மன்றத்தில் / பொது இடத்தில்

படும் => வெளிப்படும்

எளிய உரை:

நான் என் காதலை இரகசியமாக மனத்துக்குள் பூட்டிவைக்கிறேன், இதை யாருக்கும் சொல்லமாட்டேன் என்று எனக்குள் உறுதி சொல்லிக்கொள்கிறேன்.

ஆனால், என் காதல் தானாக வெளிப்பட்டுவிடுகிறது, ஊர் அறிந்த இரகசியமாகிவிடுகிறது!

குறள் எண்: 1255

குறள்:

செற்றார் பின் செல்லாப் பெரும் தகைமை காம நோய்
உற்றார் அறிவது ஒன்று அன்று

இந்தக் குறளை எப்படி மாற்றிப் படிக்கவேண்டும்:

செற்றார் பின் செல்லாப் பெரும் தகைமை காம நோய் உற்றார் அறிவது ஒன்று அன்று

இந்தக் குறளில் உள்ள கடினமான சொற்களும் அவற்றின் பொருளும்:

செற்றார் பின் => நீங்கிச் சென்றவருக்குப் பின்னால்

செல்லா => செல்லாத

தகைமை => நிறைந்த பண்பு

காம => காதல்

உற்றார் => கொண்டவர்

அன்று => இல்லை

எளிய உரை:

ஒருவர் நம்மை விட்டு நீங்கிச் செல்கிறார் என்றால், அவரை அப்படியே விட்டுவிடவேண்டும். நாமும் அவருக்குப் பின்னால் சென்று கெஞ்சக்கூடாது. அதுதான் நல்ல பண்பு.

ஆனால், காதல் நோயால் பாதிக்கப்பட்டவர்களிடம் அந்த நல்ல பண்பு இருப்பதில்லை.

குறள் எண்: 1256

குறள்:

செற்றவர் பின் சேறல் வேண்டி, அளித்து, அரோ,
எற்று என்னை உற்ற துயர்

இந்தக் குறளை எப்படி மாற்றிப் படிக்கவேண்டும்:

செற்றவர் பின் சேறல் வேண்டி என்னை உற்ற துயர் எற்று, அளித்து, அரோ

இந்தக் குறளில் உள்ள கடினமான சொற்களும் அவற்றின் பொருளும்:

செற்றவர் பின் => நீங்கிச் சென்றவருக்குப் பின்னால்

சேறல் => செல்லுதல்

வேண்டி => விரும்பி

அளித்து => நல்லது (கேலியான பொருளில்)

அரோ => அசைச்சொல் (பொருள் உணர்த்தாத சொல்)

எற்று => எப்படிப்பட்டது

உற்ற => அடைந்த

எளிய உரை:

எனக்கு வந்துள்ள காதல் நோய் மிகுந்த துயரத்தைத் தருகிறது, என்னை விட்டு நீங்கிச் சென்ற காதலனுக்குப் பின்னால் செல்லும்படி என்னைத் தூண்டுகிறது. இது என்ன கொடுமை!

குறள் எண்: 1257

குறள்:

நாண் என ஒன்றோ அறியலம், காமத்தால்
பேணியார் பெட்ப செயின்

இந்தக் குறளை எப்படி மாற்றிப் படிக்கவேண்டும்:

பேணியார் காமத்தால் பெட்ப செயின் நாண் என ஒன்றோ அறியலம்

இந்தக் குறளில் உள்ள கடினமான சொற்களும் அவற்றின் பொருளும்:

நாண் => நாணம் / வெட்கம்

ஒன்றோ => ஒன்றையும்

அறியலம் => அறியாமல் இருந்தோம்

காமத்தால் => காதலால்

பேணியார் => நான் விரும்பும் காதலன்

பெட்ப => விரும்பியவற்றை

செயின் => செய்தால்

எளிய உரை:

என் காதலன் என்னைக் காதலுடன் அணைத்தான், நான் விரும்பியபடியெல்லாம் என்னைக் கொண்டாடினான். அதனால் நான் நாணத்தை மறந்து வாழ்ந்திருந்தேன்.

குறள் எண்: 1258

குறள்:

பல் மாயக் கள்வன் பணி மொழி அன்றோ, நம்
பெண்மை உடைக்கும் படை

இந்தக் குறளை எப்படி மாற்றிப் படிக்கவேண்டும்:

நம் பெண்மை உடைக்கும் படை பல் மாயக் கள்வன் பணி மொழி அன்றோ

இந்தக் குறளில் உள்ள கடினமான சொற்களும் அவற்றின் பொருளும்:

பல் => பல

மாய => மாயங்களைச் செய்யக்கூடிய / ஏமாற்றக்கூடிய

கள்வன் => திருடன்

பணி மொழி => பணிந்து பேசும் சொற்கள்

அன்றோ => இல்லையா

படை => படைக்கருவி

எளிய உரை:

நான் பெண்மைக்குரிய நாணத்துடன் தலை கவிழ்ந்து நின்றேன்.

என் காதலன் சரியான திருடன், பல பொய்களைப் பேசி எல்லாரையும் ஏமாற்றக்கூடியவன். அவன் என்னிடம் வந்து பணிவாக ஏதேதோ சொன்னான். அவனுடைய அந்தப் பேச்சு என்னுடைய நாணப் பூட்டை உடைத்து எறிந்துவிட்டது.

குறள் எண்: 1259

குறள்:

புலப்பல் எனச் சென்றேன், புல்லினேன் நெஞ்சம்
கலத்தல் உறுவது கண்டு

இந்தக் குறளை எப்படி மாற்றிப் படிக்கவேண்டும்:

புலப்பல் எனச் சென்றேன், நெஞ்சம் கலத்தல் உறுவது கண்டு புல்லினேன்

இந்தக் குறளில் உள்ள கடினமான சொற்களும் அவற்றின் பொருளும்:

புலப்பல் => பொய்யாகச் சினம் கொள்வோம் / ஊடல் கொள்வோம்

புல்லினேன் => தழுவினேன்

கலத்தல் => கலப்பது

உறுவது => மேற்கொண்டுள்ளது

எளிய உரை:

நான் என் காதலன் மீது ஊடல் கொள்ள நினைத்தேன், அவனை விட்டு விலகி நின்றேன்.

ஆனால், அப்போதும் என் மனம் அவனை விட்டு விலகவில்லை, அவனோடுதான் கலந்து நின்றது.

அதனால், நானும் ஓடிச் சென்று அவனைத் தழுவிக் கொண்டேன்.

குறள் எண்: 1260

குறள்:

நிணம் தீயில் இட்டன்ன நெஞ்சினார்க்கு உண்டோ
புணர்ந்து ஊடி நிற்பேம் எனல்

இந்தக் குறளை எப்படி மாற்றிப் படிக்கவேண்டும்:

நிணம் தீயில் இட்டன்ன நெஞ்சினார்க்குப் புணர்ந்து ஊடி நிற்பேம் எனல் உண்டோ?

இந்தக் குறளில் உள்ள கடினமான சொற்களும் அவற்றின் பொருளும்:

நிணம் => கொழுப்பு

இட்டன்ன => இடுவதைப்போன்ற

நெஞ்சினார்க்கு => உள்ளத்தை உடையவர்களுக்கு

புணர்ந்து => நெருங்கி

ஊடி => பொய்யாகச் சினம் கொண்டு / ஊடல் கொண்டு

நிற்பேம் => உறுதியாக நிற்போம்

எனல் => என்று சொல்லுதல்

எளிய உரை:

கொழுப்பை நெருப்பில் போட்டால், அது உடனே உருகிவிடும்!

பெண்களின் மென்மையான உள்ளமும் அப்படிப்பட்டதுதான். அவர்கள் காதலன்மீது ஊடல் கொள்ளவேண்டும் என்று நினைப்பார்கள், ஆனால், அவனைக் கண்டதும் உருகிப்போய் அணைத்துக்கொண்டுவிடுவார்கள்!

அதிகாரம் 127: அவர்வயின் விதும்பல் (காதலர்கள் பேராவலால் ஒருவரை ஒருவர் காண விரும்புதல்)

குறள் எண்: 1261

குறள்:

வாள் அற்றுப் புற்கென்ற கண்ணும், அவர் சென்ற
நாள் ஒற்றித் தேய்ந்த விரல்

இந்தக் குறளை எப்படி மாற்றிப் படிக்கவேண்டும்:

அவர் சென்ற நாள் ஒற்றி விரல் தேய்ந்த, கண்ணும் வாள் அற்றுப் புற்கென்ற

இந்தக் குறளில் உள்ள கடினமான சொற்களும் அவற்றின் பொருளும்:

வாள் => ஒளி

அற்று => நீங்கி

புற்கென்ற => புன்மையான தன்மை கொண்டன / நிலை கெட்டன

ஒற்றி => எண்ணுவதற்காகச் சுவரில் விரல்களை ஒற்றி

தேய்ந்த => தேய்ந்தன

எளிய உரை:

என் காதலன் என்னை விட்டுப் பிரிந்து சென்றுவிட்டான். அவன் எப்போது திரும்பி வருவான் என்று சுவரில் விரல்களை ஒற்றி ஒற்றிக் கணக்குப் போடுகிறேன். அதனால் என் விரல்கள் தேய்ந்துவிட்டன, கண்கள் ஒளியிழந்துவிட்டன.

குறள் எண்: 1262

குறள்:

இலங்கு இழாய், இன்று மறப்பின் என் தோள் மேல்
கலம் கழியும் காரிகை நீத்து

இந்தக் குறளை எப்படி மாற்றிப் படிக்கவேண்டும்:

இலங்கு இழாய், இன்று மறப்பின் காரிகை நீத்து என் தோள் மேல் கலம் கழியும்

இந்தக் குறளில் உள்ள கடினமான சொற்களும் அவற்றின் பொருளும்:

இலங்கு => ஒளி வீசுகின்ற

இழாய் => அணிகலன்களை அணிந்தவளே

மறப்பின் => மறந்தால்

மேல் => மேலே உள்ள

கலம் => வளையல்

கழியும் => நீங்கும் / கழன்றுவிடும்

காரிகை => அழகு

நீத்து => நீங்கி

எளிய உரை:

ஒளி வீசுகின்ற அணிகலன்களை அணிந்த என் தோழி,

நான் என் காதலனை எப்போதும் மறக்கமாட்டேன். ஒருவேளை நான் அவனை மறந்துவிட்டால், என் அழகு கெட்டுப்போகும், ஏக்கத்தில் என் தோள்கள் மெலிந்துவிடும், நான் அணிந்திருக்கிற வளையல்களெல்லாம் கழன்று விழுந்துவிடும்.

குறள் எண்: 1263

குறள்:

உரன் நசைஇ உள்ளம் துணையாகச் சென்றார்
வரன் நசைஇ இன்னும் உளேன்

இந்தக் குறளை எப்படி மாற்றிப் படிக்கவேண்டும்:

உரன் நசைஇ உள்ளம் துணையாகச் சென்றார் வரன் நசைஇ இன்னும் உளேன்

இந்தக் குறளில் உள்ள கடினமான சொற்களும் அவற்றின் பொருளும்:

உரன் => வெற்றி / வலிமை / உறுதி

நசைஇ => விரும்பி

உள்ளம் => நெஞ்சில் உள்ள ஊக்கம்

சென்றார் => சென்றவர்

வரன் => வரவு / திரும்பி வருதல்

உளேன் => இருக்கிறேன்

எளிய உரை:

என் காதலன் செல்வத்தைச் சேர்க்க விரும்பினான், அதற்கென ஊக்கத்துடன் புறப்பட்டுச் சென்றுவிட்டான்.

இங்கு நான் அவனைப் பிரிந்து வாடுகிறேன், அவன் விரைவில் திரும்பி வருவான் என்ற நம்பிக்கையுடன் உயிர் வாழ்ந்துகொண்டிருக்கிறேன்.

குறள் எண்: 1264

குறள்:

கூடிய காமம் பிரிந்தார் வரவு உள்ளிக்
கோடு கொடு ஏறும் என் நெஞ்சு

இந்தக் குறளை எப்படி மாற்றிப் படிக்கவேண்டும்:

என் நெஞ்சு, கூடிய காமம் பிரிந்தார் வரவு உள்ளிக் கோடு கொடு ஏறும்

இந்தக் குறளில் உள்ள கடினமான சொற்களும் அவற்றின் பொருளும்:

கூடிய => ஒன்றாகக் கலந்த

காமம் => காதல்

பிரிந்தார் => பிரிந்து சென்றவர்

வரவு => திரும்பி வருதல்

உள்ளி => நினைத்து

கோடு => கிளை

கொடு => பற்றிக்கொண்டு

எளிய உரை:

என் காதலன் என்னோடு மகிழ்ச்சியாக வாழ்ந்தான், பிறகு, என்னை விட்டுப் பிரிந்து சென்றுவிட்டான். அவன் எப்போது திரும்பி வருவான் என்று என் நெஞ்சு ஏங்குகிறது, மரக் கிளையின் மேல் ஏறி நின்று சாலையைப் பார்க்கிறது, அவனைத் தேடுகிறது.

குறள் எண்: 1265

குறள்:

காண்க மன் கொண்கனைக் கண் ஆர, கண்டபின்
நீங்கும் என் மென் தோள் பசப்பு

இந்தக் குறளை எப்படி மாற்றிப் படிக்கவேண்டும்:

கொண்கனைக் கண் ஆரக் காண்க மன். (கொண்கனைக்) கண்டபின்
என் மென் தோள் பசப்பு நீங்கும்

இந்தக் குறளில் உள்ள கடினமான சொற்களும் அவற்றின் பொருளும்:

காண்க => பார்க்கவேண்டும்

மன் => அசைச்சொல் (பொருள் உணர்த்தாத சொல்)

கொண்கனை => தலைவனை

ஆர => நிறைவு பெற

மென் தோள் => மென்மையான தோள்கள்

பசப்பு => பசலை / நிறமாற்றம்

எளிய உரை:

நான் என்னுடைய காதலனைக் கண்ணாரப் பார்க்கவேண்டும். அதன்பிறகு, என்னுடைய மென்மையான தோள்களில் படர்ந்திருக்கிற பசலை நீங்கிவிடும்.

குறள் எண்: 1266

குறள்:

வருக மன் கொண்கன் ஒரு நாள், பருகுவன்
பைதல் நோய் எல்லாம் கெட

இந்தக் குறளை எப்படி மாற்றிப் படிக்கவேண்டும்:

கொண்கன் ஒரு நாள் வருக மன், பைதல் நோய் எல்லாம் கெடப் பருகுவன்

இந்தக் குறளில் உள்ள கடினமான சொற்களும் அவற்றின் பொருளும்:

வருக => வரவேண்டும்

மன் => அசைச்சொல் (பொருள் உணர்த்தாத சொல்)

கொண்கன் => தலைவன்

பருகுவன் => குடிப்பேன்

பைதல் => துன்பம்

கெட => நீங்கும்படி

எளிய உரை:

என் காதலன் விரைவில் திரும்பி வருவான். அவனைக் கண்டதும் என்னுடைய துன்ப நோயெல்லாம் தீர்ந்துவிடும். நான் அவனை ஆசை தீரப் பருகுவேன்.

குறள் எண்: 1267

குறள்:

புலப்பேன்கொல், புல்லுவேன்கொல்லோ, கலப்பேன்கொல்,
கண் அன்ன கேளிர் வரின்

இந்தக் குறளை எப்படி மாற்றிப் படிக்கவேண்டும்:

கண் அன்ன கேளிர் வரின் புலப்பேன்கொல், புல்லுவேன்கொல்லோ, கலப்பேன்கொல்

இந்தக் குறளில் உள்ள கடினமான சொற்களும் அவற்றின் பொருளும்:

புலப்பேன்கொல் => செல்லமாகச் சினம் கொள்வேனா / ஊடல் கொள்வேனா

புல்லுவேன்கொல்லோ => தழுவிக்கொள்வேனா

கலப்பேன்கொல் => கூடுவேனா

அன்ன => போன்ற

கேளிர் => உறவினர் / தலைவர்

வரின் => வந்தால்

எளிய உரை:

கண் போன்ற என் காதலன் திரும்பி வந்ததும் நான் என்ன செய்வேன்? அவன்மீது ஊடல் கொள்வேனா? அல்லது, அவனைத் தழுவுவேனா? அல்லது, அவனோடு ஒன்றுகூடி மகிழ்வேனா? அடடா! எனக்கு ஒன்றும் புரியவில்லையே!

குறள் எண்: 1268

குறள்:

வினை கலந்து வென்று ஈக வேந்தன். மனை கலந்து மாலை அயர்கம் விருந்து

இந்தக் குறளை எப்படி மாற்றிப் படிக்கவேண்டும்:

வேந்தன் வினை கலந்து வென்று ஈக. மனை கலந்து மாலை விருந்து அயர்கம்

இந்தக் குறளில் உள்ள கடினமான சொற்களும் அவற்றின் பொருளும்:

வினை => செயல்

கலந்து => ஈடுபட்டு

வென்று ஈக => வெற்றி பெறட்டும்

வேந்தன் => அரசன்

மனை => வீடு

கலந்து => சேர்ந்து

அயர்கம் => செய்வோம்

எளிய உரை:

நம் அரசன் போரில் வெற்றி பெறுவான். அதன்பிறகு, நான் வீடு திரும்புவேன். நானும் என் காதலியும் கூடி மகிழ்வோம், மாலை நேரத்தில் மகிழ்ச்சியாக விருந்து உண்போம்.

குறள் எண்: 1269

குறள்:

ஒரு நாள் எழு நாள் போல் செல்லும், சேண் சென்றார்
வரு நாள் வைத்து ஏங்குபவர்க்கு

இந்தக் குறளை எப்படி மாற்றிப் படிக்கவேண்டும்:

சேண் சென்றார் வரு நாள் வைத்து ஏங்குபவர்க்கு ஒரு நாள் எழு நாள் போல் செல்லும்

இந்தக் குறளில் உள்ள கடினமான சொற்களும் அவற்றின் பொருளும்:

எழு நாள் => ஏழு நாட்கள்

செல்லும் => கடந்து செல்லும்

சேண் சென்றார் => தொலைவிலுள்ள இடத்துக்குச் சென்ற காதலன்

வரு நாள் => திரும்பி வரும் நாள்

வைத்து => எண்ணி

எளிய உரை:

காதலனைப் பிரிந்தவர்கள், அவன் எப்போது திரும்பி வருவான் என்று எண்ணி ஏங்குகிறவர்களுக்கு ஒவ்வொரு விநாடியும் மெதுவாகத்தான் நகரும், ஒரு நாள்கூட ஏழு நாட்களைப்போல் தோன்றும்!

குறள் எண்: 1270

குறள்:

பெறின் என்னாம், பெற்றக்கால் என்னாம், உறின் என்னாம்,
உள்ளம் உடைந்து உக்கக்கால்

இந்தக் குறளை எப்படி மாற்றிப் படிக்கவேண்டும்:

உள்ளம் உடைந்து உக்கக்கால் பெறின் என்னாம், பெற்றக்கால் என்னாம், உறின் என்னாம்

இந்தக் குறளில் உள்ள கடினமான சொற்களும் அவற்றின் பொருளும்:

பெறின் => பெற்றால்

என்னாம் => என்ன

பெற்றக்கால் => (முன்பு) பெற்றதால்

உறின் => ஒன்றுகூடினால்

உக்கக்கால் => அழிந்தபோது

எளிய உரை:

என் காதலன் என்னை விட்டுப் பிரிந்து சென்று நெடுநாட்களாகிவிட்டன. இந்தப் பிரிவைத் தாங்கமுடியாமல் நான் வாடுகிறேன்.

ஒருவேளை, அவனைப் பார்க்கமுடியாத ஏக்கத்தில் என் உள்ளம் உடைந்துவிட்டால்? அதன்பிறகு அவன் திரும்பி வந்து என்ன பயன்? (காதலியின் உள்ளம் உடைவதற்குள் காதலன் திரும்பி வரவேண்டும்.)

அதிகாரம் 128: குறிப்பு அறிவுறுத்தல்
(ஒருவர் குறிப்பை மற்றவருக்குத் தெரிவித்தல்)

குறள் எண்: 1271

குறள்:

கரப்பினும் கை இகந்து ஒல்லா நின் உண் கண்
உரைக்கல் உறுவது ஒன்று உண்டு

இந்தக் குறளை எப்படி மாற்றிப் படிக்கவேண்டும்:

கரப்பினும் கை இகந்து ஒல்லா நின் உண் கண் உரைக்கல் உறுவது ஒன்று உண்டு

இந்தக் குறளில் உள்ள கடினமான சொற்களும் அவற்றின் பொருளும்:

கரப்பினும் => மறைத்துவைத்தாலும்

கை இகந்து => கை மீறி

ஒல்லா => இயலாத / முடியாத

நின் => உன்

உண் கண் => மையுண்ட / மை பூசிய கண்கள்

உரைக்கல் => சொல்லுதல்

உறுவது => பெறுவது

எளிய உரை:

நீ ஏதோ இரகசியத்தை மறைத்துவைக்கிறாய். ஆனால், உன்னையும் அறியாமல், உன்னுடைய மை பூசிய கண்கள் அதைக் காட்டிக்கொடுத்துவிடுகின்றன.

குறள் எண்: 1272

குறள்:

கண் நிறைந்த காரிகைக் காம்பு ஏர் தோள் பேதைக்குப்
பெண் நிறைந்த நீர்மை பெரிது

இந்தக் குறளை எப்படி மாற்றிப் படிக்கவேண்டும்:

கண் நிறைந்த காரிகைக் காம்பு ஏர் தோள் பேதைக்குப் பெண் நிறைந்த நீர்மை பெரிது

இந்தக் குறளில் உள்ள கடினமான சொற்களும் அவற்றின் பொருளும்:

காரிகை => அழகு

காம்பு => மூங்கில்

ஏர் => போன்ற

பேதைக்கு => பெண்ணுக்கு

நிறைந்த => இயல்பாக நிரம்பிய

நீர்மை => பெண்மைப் பண்பு

எளிய உரை:

மூங்கிலைப் போன்ற தோள்களை உடைய இந்த அழகான பெண் என் கண்களில் நிறைகிறாள். இவள் பெண்மைக்குரிய அனைத்துப் பண்புகளையும் நிறையப் பெற்று விளங்குகிறாள்.

குறள் எண்: 1273

குறள்:

மணியில் திகழ்தரு நூல் போல் மடந்தை
அணியில் திகழ்வது ஒன்று உண்டு

இந்தக் குறளை எப்படி மாற்றிப் படிக்கவேண்டும்:

மணியில் திகழ்தரு நூல் போல் மடந்தை அணியில் திகழ்வது ஒன்று உண்டு

இந்தக் குறளில் உள்ள கடினமான சொற்களும் அவற்றின் பொருளும்:

திகழ்தரு => திகழ்கின்ற

மடந்தை => பெண்

அணியில் => அழகில்

எளிய உரை:

இந்தப் பெண் அழகாக இருக்கிறாள், மணி மாலைக்குள் ஒளிந்திருக்கிற நூலைப் போல் தனக்குள் ஏதோ ஒரு குறிப்பை மறைத்துவைத்திருக்கிறாள்.

குறள் எண்: 1274

குறள்:

முகை மொக்குள் உள்ளது நாற்றம் போல் பேதை
நகை மொக்குள் உள்ளது ஒன்று உண்டு

இந்தக் குறளை எப்படி மாற்றிப் படிக்கவேண்டும்:

முகை மொக்குள் நாற்றம் உள்ளது போல் பேதை நகை மொக்குள் உள்ளது ஒன்று உண்டு

இந்தக் குறளில் உள்ள கடினமான சொற்களும் அவற்றின் பொருளும்:

முகை => அரும்பு

மொக்குள் => மொட்டுக்குள்

நாற்றம் => மணம்

பேதை => பெண்

நகை => சிரிப்பு

எளிய உரை:

பூ அரும்புக்குள் நறுமணம் ஒளிந்திருக்கிறது. அதுபோல, இந்தப் பெண்ணின் சிரிப்புக்குள் ஏதோ ஒரு குறிப்பு ஒளிந்திருக்கிறது.

குறள் எண்: 1275

குறள்:

செறி தொடி செய்து இறந்த கள்ளம் உறு துயர்
தீர்க்கும் மருந்து ஒன்று உடைத்து

இந்தக் குறளை எப்படி மாற்றிப் படிக்கவேண்டும்:

செறி தொடி செய்து இறந்த கள்ளம் உறு துயர் தீர்க்கும் மருந்து ஒன்று உடைத்து

இந்தக் குறளில் உள்ள கடினமான சொற்களும் அவற்றின் பொருளும்:

செறி => செறிந்த / நெருங்கிய

தொடி => ஒரு வகை வளையல் (இங்கு வளையல் அணிந்த பெண்ணைக் குறிக்கிறது)

செய்து இறந்த => செய்துவிட்டுச்சென்ற

கள்ளம் => இரகசியக் குறிப்பு

உறு துயர் => அடைகின்ற துயர்

உடைத்து => கொண்டுள்ளது

எளிய உரை:

நெருங்கிய வளையல்களை அணிந்த அந்தப் பெண் வந்தாள், இரகசியமாக ஒரு குறிப்பைக் காண்பித்துவிட்டுச் சென்றாள்.

அடடா! என்னுடைய துயரத்தையெல்லாம் தீர்க்கின்ற மருந்து இதுதான்.

குறள் எண்: 1276

குறள்:

பெரிது ஆற்றிப் பெட்பக் கலத்தல் அரிது ஆற்றி
அன்பு இன்மை சூழ்வது உடைத்து

இந்தக் குறளை எப்படி மாற்றிப் படிக்கவேண்டும்:

பெரிது ஆற்றிப் பெட்பக் கலத்தல் அரிது ஆற்றி அன்பு இன்மை சூழ்வது உடைத்து

இந்தக் குறளில் உள்ள கடினமான சொற்களும் அவற்றின் பொருளும்:

பெரிது ஆற்றி => பெரிதாக அன்பைக் காண்பித்து

பெட்ப => மகிழும்படி

கலத்தல் => கூடுதல்

அரிது => அரிதானது (பிரிவு என்னும் அரிய நிலை)

ஆற்றி => செய்து

அன்பு இன்மை => அன்பில்லா நிலை

சூழ்வது => எண்ணுவது

உடைத்து => கொண்டுள்ளது

எளிய உரை:

என் காதலன் என்னிடம் மிகவும் அன்பாகப் பழகுகிறான், கட்டி அணைக்கிறான், என்னோடு இனிமையாகக் கூடுகிறான். இதையெல்லாம் பார்க்கும்போது, இவன் விரைவில் என்னை விட்டுப் பிரிந்து செல்லப்போகிறானோ என்று தோன்றுகிறது. இவன் இப்படிப் பேரன்போடு நடந்துகொள்வதெல்லாம் அந்த அன்பில்லாத, அரிய பிரிவுத் துயரத்தைக் கொடுப்பதற்காகத்தானோ!

குறள் எண்: 1277

குறள்:

தண்ணம் துறைவன் தணந்தமை நம்மினும்
முன்னம் உளர்ந்த வளை

இந்தக் குறளை எப்படி மாற்றிப் படிக்கவேண்டும்:

தண்ணம் துறைவன் தணந்தமை நம்மினும் முன்னம் வளை உணர்ந்த

இந்தக் குறளில் உள்ள கடினமான சொற்களும் அவற்றின் பொருளும்:

தண்ணம் => குளிர்ந்த

துறைவன் => நீர்த்துறையை உடைய தலைவன்

தணந்தமை => பிரிந்து செல்லுதல்

நம்மினும் => நம்மைவிட

முன்னம் => முன்பாக

உணர்ந்த => உணர்ந்தன

வளை => வளையல்கள்

எளிய உரை:

குளிர்ந்த நீர்த்துறையை உடைய தலைவனான என் காதலன் என்னை விட்டுப் பிரியப்போகிறான். எனக்கு முன்பாக என்னுடைய வளையல்கள் அதை உணர்ந்துவிட்டன. (காதலன் பிரியப்போகிறான் என்பதை உணர்ந்து என் உடல் மெலிகிறது, வளையல்கள் கழன்று விழுகின்றன.)

குறள் எண்: 1278

குறள்:

நெருநற்றுச் சென்றார் எம் காதலர், யாமும்
எழு நாளேம் மேனி பசந்து

இந்தக் குறளை எப்படி மாற்றிப் படிக்கவேண்டும்:

எம் காதலர் நெருநற்றுச் சென்றார். யாமும் மேனி பசந்து எழு நாளேம்

இந்தக் குறளில் உள்ள கடினமான சொற்களும் அவற்றின் பொருளும்:

நெருநற்று => நேற்று

எம் => என்

யாமும் => நானும்

எழு நாளேம் => ஏழு நாட்களாக அப்படி இருக்கிறேன்

பசப்பு => பசலை / நிறமாற்றம்

எளிய உரை:

என் காதலன் நேற்றுதான் என்னை விட்டுப் பிரிந்து சென்றான். ஆனால், ஏழு நாட்களாகவே நான் பசலையுடன்தான் இருக்கிறேன். (காதலன் பிரியப்போகிறான் என்பதை நான் முன்பே குறிப்பால் உணர்ந்துவிட்டேன்.)

குறள் எண்: 1279

குறள்:

> **தொடி நோக்கி, மென் தோளும் நோக்கி, அடி நோக்கி,**
> **அஃது ஆண்டு அவள் செய்தது**

இந்தக் குறளை எப்படி மாற்றிப் படிக்கவேண்டும்:

> **தொடி நோக்கி, மென் தோளும் நோக்கி, அடி நோக்கி, ஆண்டு அவள் செய்தது அஃது**

இந்தக் குறளில் உள்ள கடினமான சொற்களும் அவற்றின் பொருளும்:

தொடி	=>	ஒரு வகை வளையல்
நோக்கி	=>	பார்த்து
மென் தோள்	=>	மென்மையான தோள்கள்
அடி	=>	காலடிகள்
அஃது	=>	அது
ஆண்டு	=>	அங்கு

எளிய உரை:

அவள் தன்னுடைய வளையல்களைப் பார்த்தாள், மென்மையான தோள்களைப் பார்த்தாள், கால்களைப் பார்த்தாள், அவ்வளவுதான். (அந்தப் பார்வையால் அவள் சொன்ன 'நாம் ஒன்றாகச் சேர்ந்து வாழலாம்' என்கிற குறிப்பை நான் புரிந்துகொண்டேன்.)

குறள் எண்: 1280

குறள்:

பெண்ணினால் பெண்மை உடைத்து என்ப, கண்ணினால்
காம நோய் சொல்லி இரவு

இந்தக் குறளை எப்படி மாற்றிப் படிக்கவேண்டும்:

காம நோய் கண்ணினால் சொல்லி இரவு பெண்ணினால் பெண்மை உடைத்து என்ப

இந்தக் குறளில் உள்ள கடினமான சொற்களும் அவற்றின் பொருளும்:

பெண்ணினால் => பெண்ணால்

பெண்மை => பெண் தன்மை / பெண்ணின் இயல்பு

உடைத்து => உடையது

என்ப => என்பார்கள்

கண்ணினால் => கண்ணால்

காம => காதல்

இரவு => இரத்தல் / வேண்டுதல்

எளிய உரை:

அவள் தன் கண்களால் பேசுகிறாள், தன் காதல் துன்பத்தைச் சொல்கிறாள், 'நாம் ஒன்றாகச் சேர்ந்து வாழலாமா?' என்று குறிப்பாகக் கேட்கிறாள். இந்தச் செயல்களெல்லாம் அவளுடைய பெண்மையை இன்னும் அழகாக்குகின்றன.

அதிகாரம் 129: புணர்ச்சி விதும்பல்
(காதலர்கள் ஒன்றுகூட விரும்புதல்)

குறள் எண்: 1281

குறள்:

உள்ளக் களித்தலும், காண மகிழ்தலும்
கள்ளுக்கு இல், காமத்திற்கு உண்டு

இந்தக் குறளை எப்படி மாற்றிப் படிக்கவேண்டும்:

உள்ளக் களித்தலும், காண மகிழ்தலும் கள்ளுக்கு இல், காமத்திற்கு உண்டு

இந்தக் குறளில் உள்ள கடினமான சொற்களும் அவற்றின் பொருளும்:

உள்ள => *நினைத்ததும்*

களித்தல் => *பெரிதும் மகிழ்ச்சியடைதல்*

காண => *கண்டதும்*

இல் => *இல்லை*

காமத்திற்கு => *காதலுக்கு*

எளிய உரை:

கள்ளைக் குடித்தால்தான் மகிழ்ச்சி. ஆனால், காதலனை நினைத்தாலே மகிழ்ச்சி, அவனைக் கண்டாலே மகிழ்ச்சி!

குறள் எண்: 1282

குறள்:

தினைத் துணையும் ஊடாமை வேண்டும், பனைத் துணையும் காமம் நிறைய வரின்

இந்தக் குறளை எப்படி மாற்றிப் படிக்கவேண்டும்:

காமம் பனைத் துணையும் நிறைய வரின், தினைத் துணையும் ஊடாமை வேண்டும்

இந்தக் குறளில் உள்ள கடினமான சொற்களும் அவற்றின் பொருளும்:

தினைத் துணை => தினையளவு / சிறிய அளவு

ஊடாமை => செல்லமாகச் சினம் கொள்ளாமல் / ஊடல் கொள்ளாமல் இருத்தல்

பனைத் துணை => பனையளவு / பெரிய அளவு

காமம் => காதல்

வரின் => வந்தால்

எளிய உரை:

காதலன்மீது காதல் நிறையப் பொங்கும்போது, அவனிடம் சிறிதளவும் ஊடல் கொள்ளக்கூடாது.

குறள் எண்: 1283

குறள்:

பேணாது பெட்பவே செய்யினும் கொண்கனைக்
காணாது அமையல கண்

இந்தக் குறளை எப்படி மாற்றிப் படிக்கவேண்டும்:

கொண்கன் பேணாது பெட்பவே செய்யினும், கண் (கொண்கனைக்) காணாது அமையல

இந்தக் குறளில் உள்ள கடினமான சொற்களும் அவற்றின் பொருளும்:

பேணாது => விரும்பாமல்

பெட்பவே => தான் விரும்பியவற்றையே

செய்யினும் => செய்தாலும்

கொண்கனை => தலைவனை / காதலனை

காணாது => பார்க்காமல்

அமையல => அமைவதில்லை / இருப்பதில்லை

எளிய உரை:

என் காதலன் என்னை விரும்புவதில்லை, தன் விருப்பப்படி ஏதேதோ செய்கிறான். ஆனாலும் என் கண்கள் அவனைப் பார்க்கவேண்டும் என்று ஏங்குகின்றன.

குறள் எண்: 1284

குறள்:

ஊடற்கண் சென்றேன் மன், தோழி, அது மறந்து
கூடற்கண் சென்றது என் நெஞ்சு

இந்தக் குறளை எப்படி மாற்றிப் படிக்கவேண்டும்:

தோழி, ஊடற்கண் சென்றேன் மன், என் நெஞ்சு அது மறந்து கூடற்கண் சென்றது

இந்தக் குறளில் உள்ள கடினமான சொற்களும் அவற்றின் பொருளும்:

ஊடற்கண் => ஊடல் கொள்வதற்காக

மன் => அசைச்சொல் (பொருள் உணர்த்தாத சொல்)

அது மறந்து => அதை மறந்து

கூடற்கண் => கட்டித் தழுவுவதற்காக

எளிய உரை:

தோழி,

நான் என் காதலன்மீது ஊடல் கொள்ள நினைத்தேன். ஆனால், என் நெஞ்சம் ஊடலை மறந்து அவனைக் கட்டித் தழுவச் செல்கிறது.

குறள் எண்: 1285

குறள்:

எழுதுங்கால் கோல் காணாக் கண்ணேபோல் கொண்கன்
பழி காணேன் கண்ட இடத்து

இந்தக் குறளை எப்படி மாற்றிப் படிக்கவேண்டும்:

எழுதுங்கால் கோல் காணாக் கண்ணேபோல் கண்ட இடத்துக் கொண்கன் பழி காணேன்

இந்தக் குறளில் உள்ள கடினமான சொற்களும் அவற்றின் பொருளும்:

எழுதுங்கால்	=>	கண்களுக்கு மை எழுதும்போது
கோல்	=>	மை எழுதும் கோல் / அஞ்சனக் கோல்
காணா	=>	பார்க்காத
கண்ணேபோல்	=>	கண்களைப்போல
கொண்கன்	=>	தலைவன் / காதலன்
பழி	=>	குற்றங்கள்
காணேன்	=>	நான் காணவில்லை
கண்ட இடத்து	=>	கண்டவுடன்

எளிய உரை:

நான் மை எழுதும் அஞ்சனக் கோலைக் கையில் எடுக்கிறேன். அது என் கண்ணுக்குத் தெரிகிறது. ஆனால், அதைக் கண்ணுக்கு அருகில் கொண்டுவந்ததும், அந்த அஞ்சனக் கோல் என் கண்ணுக்குத் தெரிவதில்லை.

அதுபோல, என் காதலன் தொலைவில் இருக்கும்போது நான் அவன்மீது ஏதேதோ குற்றங்களைச் சொல்கிறேன். ஆனால், அவன் அருகில் வந்ததும் அந்தக் குற்றங்களையெல்லாம் மறந்துவிடுகிறேன்.

குறள் எண்: 1286

குறள்:

காணுங்கால் காணேன் தவறு ஆய. காணாக்கால்
காணேன் தவறு அல்லவை

இந்தக் குறளை எப்படி மாற்றிப் படிக்கவேண்டும்:

காணாக்கால் தவறு அல்லவை காணேன். காணுங்கால் தவறு ஆய காணேன்

இந்தக் குறளில் உள்ள கடினமான சொற்களும் அவற்றின் பொருளும்:

காணுங்கால்	=>	*பார்க்கும்போது*
காணேன்	=>	*பார்க்கமாட்டேன்*
தவறு ஆய	=>	*தவறானவை*
காணாக்கால்	=>	*பார்க்காவிட்டால்*
தவறு அல்லவை	=>	*தவறு இல்லாதவை / சரியானவை*

எளிய உரை:

நான் என் காதலனைப் பிரிந்திருக்கும்போது, அவனுடைய தவறுகள்மட்டும்தான் என் கண்ணுக்குத் தெரிகின்றன. ஆனால், அவன் அருகில் வந்துவிட்டால், அந்தத் தவறுகளெல்லாம் காணாமல் போய்விடுகின்றன.

குறள் எண்: 1287

குறள்:

உய்த்தல் அறிந்து புனல் பாய்பவரே போல்
பொய்த்தல் அறிந்து என் புலந்து

இந்தக் குறளை எப்படி மாற்றிப் படிக்கவேண்டும்:

உய்த்தல் அறிந்து புனல் பாய்பவரே போல் பொய்த்தல் அறிந்து புலந்து என்?

இந்தக் குறளில் உள்ள கடினமான சொற்களும் அவற்றின் பொருளும்:

உய்த்தல் => இழுத்துக்கொண்டு செல்லுதல்

புனல் => நீர்

பாய்பவர் => பாய்கிறவர்

பொய்த்தல் => பயன் அளிக்காமல் இருத்தல் / தோற்றுப்போதல்

என் => ஏன்?

புலந்து => ஊடல் கொண்டு

எளிய உரை:

ஆற்றில் பெருவெள்ளம் பாய்கிறபோது, அங்கு நீச்சலடிக்கக்கூடாது. ஏனெனில், அப்படி நீச்சலடிக்கிறவர்களைத் தண்ணீர் இழுத்துக்கொண்டு போய்விடக்கூடும்.

ஆனால், சிலர் இதை அறிந்திருந்தும் வேண்டுமென்றே அங்கு சென்று நீச்சலடிப்பார்கள். அவர்கள் பெரிய முட்டாள்கள்.

நானும் அப்படிப்பட்ட முட்டாள்தான். ஏனெனில், என் காதலனைப் பார்த்ததும் என்னுடைய ஊடலெல்லாம் காணாமல் போய்விடும் என்பதை அறிந்திருந்தும் அவன்மீது ஊடல் கொள்கிறேன்.

குறள் எண்: 1288

குறள்:

இளித்தக்க இன்னா செயினும் களித்தார்க்குக்
கள் அற்றே, கள்வ, நின் மார்பு

இந்தக் குறளை எப்படி மாற்றிப் படிக்கவேண்டும்:

கள்வ, நின் மார்பு இளித்தக்க இன்னா செயினும், களித்தார்க்குக் கள் அற்றே

இந்தக் குறளில் உள்ள கடினமான சொற்களும் அவற்றின் பொருளும்:

இளித்தக்க => இழிவை உண்டாக்கக்கூடிய

இன்னா => துன்பம்

செயினும் => செய்தாலும்

களித்தார்க்கு => மகிழ்ந்தவர்களுக்கு

அற்றே => போன்றதுதான்

கள்வ => கள்வனே

நின் => உன்

எளிய உரை:

என் நெஞ்சைத் திருடிக்கொண்ட கள்வனே,

கள்ளைக் குடித்தவர்கள் அதனால் மிகவும் துன்பப்படுகிறார்கள், இழிவடைகிறார்கள். ஆனாலும், அதில் இருக்கிற இன்பம் அவர்களை இழுக்கிறது. அவர்கள் மீண்டும் மீண்டும் கள்ளைத் தேடி அலைகிறார்கள்.

உன் மார்பும் அந்தக் கள்ளைப் போன்றதுதான். அதனால், நீ எனக்குத் துன்பத்தைத் தந்தாலும், நான் திரும்பத் திரும்ப உன் மார்பைத் தேடி வருகிறேன்.

குறள் எண்: 1289

குறள்:

மலரினும் மெல்லிது காமம். சிலர் அதன்
செவ்வி தலைப்படுவார்

இந்தக் குறளை எப்படி மாற்றிப் படிக்கவேண்டும்:

காமம் மலரினும் மெல்லிது. அதன் செவ்வி தலைப்படுவார் சிலர்

இந்தக் குறளில் உள்ள கடினமான சொற்களும் அவற்றின் பொருளும்:

மலரினும் => மலரைவிட

மெல்லிது => மென்மையானது

காமம் => காதல்

செவ்வி => அழகு

தலைப்படுவார் => அறிந்து பெறுகிறவர்கள்

எளிய உரை:

காதல் மலரைவிட மென்மையானது. மிகச் சிலர்தான் இதைப் புரிந்துகொண்டு செயல்படுகிறார்கள்.

குறள் எண்: 1290

குறள்:

கண்ணின் துனித்தே கலங்கினாள், புல்லுதல்
என்னினும் தான் விதுப்புற்று

இந்தக் குறளை எப்படி மாற்றிப் படிக்கவேண்டும்:

கண்ணில் துனித்தே கலங்கினாள், புல்லுதல் என்னினும் தான் விதுப்புற்று

இந்தக் குறளில் உள்ள கடினமான சொற்களும் அவற்றின் பொருளும்:

கண்ணின் => கண்ணால்

துனித்தே => செல்லமாகச் சினம் கொண்டு / ஊடல் கொண்டு

கலங்கினாள் => வருந்தினாள்

புல்லுதல் => தழுவுதல்

என்னினும் => என்னைவிட

தான் => அவள்

விதுப்புற்று => விரைந்து / விரைவாகச் செயல்பட்டு

எளிய உரை:

அவளுடைய கண்களில் ஊடலும் கலக்கமும் தெரிகின்றன. ஆனால், எனக்கு முன்னால் அவள் விரைந்து வந்து என்னை அணைத்துக்கொள்கிறாள்.

அதிகாரம் 130: நெஞ்சொடு புலத்தல்
(தன் நெஞ்சுடன் மனம் வேறுபட்டுப் பேசுதல்)

குறள் எண்: 1291

குறள்:

அவர் நெஞ்சு அவர்க்கு ஆதல் கண்டும் எவன், நெஞ்சே,
நீ எமக்கு ஆகாதது

இந்தக் குறளை எப்படி மாற்றிப் படிக்கவேண்டும்:

நெஞ்சே, அவர் நெஞ்சு அவர்க்கு ஆதல் கண்டும் நீ எமக்கு ஆகாதது எவன்?

இந்தக் குறளில் உள்ள கடினமான சொற்களும் அவற்றின் பொருளும்:

அவர்க்கு ஆதல் => அவருக்காக இருத்தல்

கண்டும் => பார்த்தபிறகும்

எவன் => ஏன்

எமக்கு ஆகாதது => எனக்காக இருக்காதது

எளிய உரை:

நெஞ்சே,

என் காதலனுடைய நெஞ்சு அவனுக்குத் துணையாக இருக்கிறது. இது உனக்குத் தெரியும்.

ஆனால், நீ எனக்குத் துணையாக இருப்பதில்லை. அவனைத் தேடி ஓடிவிடுகிறாய். இது ஏன்?

குறள் எண்: 1292

குறள்:

உறாஅதவர்க் கண்ட கண்ணும் அவரைச்
செறாஅர் எனச் சேறி என் நெஞ்சு

இந்தக் குறளை எப்படி மாற்றிப் படிக்கவேண்டும்:

என் நெஞ்சு, உறாஅதவர்க் கண்ட கண்ணும் அவரைச் செறாஅர் எனச் சேறி

இந்தக் குறளில் உள்ள கடினமான சொற்களும் அவற்றின் பொருளும்:

உறாஅதவர் => அன்பில்லாதவர்

கண்ட கண்ணும் => அறிந்திருந்தும்

செறாஅர் => சினம் கொள்ளமாட்டார்

சேறி => செல்கிறாய்

எளிய உரை:

என் நெஞ்சே,

என் காதலனுக்கு என்மீது அன்பில்லை. அது உனக்குத் தெரியும். ஆனாலும் நீ அவனை விட்டு விலக மறுக்கிறாய், அவன் நம்மீது சினம் கொள்ளமாட்டான் என்று நினைத்துக்கொண்டு திரும்பத் திரும்ப அவனிடமே செல்கிறாய்.

குறள் எண்: 1293

குறள்:

கெட்டார்க்கு நட்டார் இல் என்பதோ, நெஞ்சே, நீ
பெட்டாங்கு அவர் பின் செலல்

இந்தக் குறளை எப்படி மாற்றிப் படிக்கவேண்டும்:

நெஞ்சே, நீ பெட்டாங்கு அவர் பின் செலல் கெட்டார்க்கு நட்டார் இல் என்பதோ

இந்தக் குறளில் உள்ள கடினமான சொற்களும் அவற்றின் பொருளும்:

கெட்டார்க்கு => கெட்டுப்போனவர்களுக்கு

நட்டார் => நண்பர்கள்

இல் => இல்லை

என்பதோ => என்பதாலோ

பெட்டாங்கு => விரும்பியபடி

அவர் பின் => என் காதலனுக்குப் பின்னால்

செலல் => செல்லுதல்

எளிய உரை:

நெஞ்சே,

நீ என்னிடம் நிற்காமல் என் காதலனிடம் ஓடிவிட்டாய். இது ஏன்?

கெட்டுப்போனவர்களுக்கு நண்பர்கள் யாரும் இருக்க மாட்டார்கள் என்று ஒரு பழமொழி உண்டு. அதனால்தான் நீ என்னை விட்டுச் சென்றுவிட்டாயோ!

குறள் எண்: 1294

குறள்:

இனி அன்ன நின்னொடு சூழ்வார் யார், நெஞ்சே,
துனி செய்து துவ்வாய் காண் மற்று

இந்தக் குறளை எப்படி மாற்றிப் படிக்கவேண்டும்:

நெஞ்சே, துனி செய்து மற்று துவ்வாய் காண், அன்ன நின்னொடு இனி சூழ்வார் யார்?

இந்தக் குறளில் உள்ள கடினமான சொற்களும் அவற்றின் பொருளும்:

அன்ன => அப்படிப்பட்ட

நின்னொடு => உன்னுடன்

சூழ்வார் => சிந்திப்பவர் / கலந்து பேசுபவர்

துனி => ஊடல்

துவ்வாய் => இன்பம் காணமாட்டாய்

காண் => அசைச்சொல் (பொருள் உணர்த்தாத சொல்)

மற்று => பிறகு

எளிய உரை:

நெஞ்சே,

என் காதலனிடம் ஊடல் கொள்ளவேண்டும், அதன்பிறகுதான் அவனைக் கட்டியணைக்கவேண்டும் என்று நான் நினைக்கிறேன். ஆனால் நீயோ அப்படி நினைப்பதில்லை. (அவனைப் பார்த்ததும் ஊடலையெல்லாம் மறந்து அவனிடம் ஓடிவிடுகிறாய்.)

அதனால், இனிமேல் உன்னோடு நான் பேசப்போவதில்லை.

குறள் எண்: 1295

குறள்:

பெறாஅமை அஞ்சும், பெறின் பிரிவு அஞ்சும்,
அறாஅ இடும்பைத்து என் நெஞ்சு

இந்தக் குறளை எப்படி மாற்றிப் படிக்கவேண்டும்:

என் நெஞ்சு பெறாஅமை அஞ்சும், பெறின் பிரிவு அஞ்சும், அறாஅ இடும்பைத்து

இந்தக் குறளில் உள்ள கடினமான சொற்களும் அவற்றின் பொருளும்:

பெறாஅமை => (காதலனைப்) பெறாமல் இருத்தல் / (காதலன்) அருகில் இல்லாமலிருத்தல்

பெறின் => (காதலனைப்) பெற்றால் / (காதலன்) அருகில் இருந்தால்

அறாஅ => நீங்காத

இடும்பைத்து => துன்பத்தை உடையது

எளிய உரை:

என் காதலன் அருகில் இல்லாதபோது, என் நெஞ்சு அவனைப் பிரிந்து வாடுகிறது.

என் காதலன் அருகில் உள்ளபோது, என் நெஞ்சு எந்த நேரத்தில் அவன் பிரிந்து சென்றுவிடுவானோ என்று எண்ணி வாடுகிறது.

அதனால், என் நெஞ்சுக்கு எப்போதும் துன்பம்தான்.

குறள் எண்: 1296

குறள்:

தனியே இருந்து நினைத்தக்கால் என்னைத்
தினிய இருந்தது என் நெஞ்சு

இந்தக் குறளை எப்படி மாற்றிப் படிக்கவேண்டும்:

தனியே இருந்து நினைத்தக்கால் என் நெஞ்சு என்னைத் தினிய இருந்தது

இந்தக் குறளில் உள்ள கடினமான சொற்களும் அவற்றின் பொருளும்:

நினைத்தக்கால் => நினைக்கும்போது

தினிய இருந்தது => தின்னுவதுபோன்ற துன்பத்தைத் தருகிறது

எளிய உரை:

நான் தனிமையில் இருக்கிறேன், என் காதலனை நினைத்து ஏங்குகிறேன். என் நெஞ்சு அவனுடைய நினைவுகளால் என்னை மூழ்கடித்துத் தின்னப்பார்க்கிறது.

குறள் எண்: 1297

குறள்:

நாணும் மறந்தேன், அவர் மறக்கல்லா என்
மாணா மட நெஞ்சில் பட்டு

இந்தக் குறளை எப்படி மாற்றிப் படிக்கவேண்டும்:

அவர் மறக்கல்லா என் மாணா மட நெஞ்சில் பட்டு நாணும் மறந்தேன்

இந்தக் குறளில் உள்ள கடினமான சொற்களும் அவற்றின் பொருளும்:

நாணும்	=> *நாணத்தையும்*
அவர் மறக்கல்லா	=> *காதலனை மறக்கமுடியாத*
மாணா	=> *பெருமையில்லாத*
மட	=> *அறியாமை கொண்ட*
பட்டு	=> *அகப்பட்டு*

எளிய உரை:

என்னுடைய பெருமையில்லாத, அறிவற்ற நெஞ்சு என் காதலனை மறக்கமுடியாமல் திண்டாடுகிறது. நானும் அதோடு சேர்ந்து திண்டாடுகிறேன், என் நாணத்தை மறந்து தவிக்கிறேன்.

குறள் எண்: 1298

குறள்:

எள்ளின் இளிவாம் என்று எண்ணி அவர் திறம்
உள்ளும், உயிர்க் காதல் நெஞ்சு

இந்தக் குறளை எப்படி மாற்றிப் படிக்கவேண்டும்:

உயிர்க் காதல் நெஞ்சு, எள்ளின் இளிவாம் என்று எண்ணி அவர் திறம் உள்ளும்

இந்தக் குறளில் உள்ள கடினமான சொற்களும் அவற்றின் பொருளும்:

எள்ளின் => (காதலனை) இழிவாகப் பேசினால்

இளிவாம் => (தனக்கு) இழிவு வரும்

திறம் => பெருமை

உள்ளும் => நினைக்கும்

எளிய உரை:

என் நெஞ்சு என் காதலனை உயிராக எண்ணுகிறது, அதனால், அவனுடைய குறைகளைப் பேச மறுக்கிறது, அவனை இழிவுபடுத்திப் பேசினால் நமக்குதான் இழிவும் வரும் என்கிறது.

அதனால், என் நெஞ்சு எந்நேரமும் அவனுடைய பெருமைகளையே சொல்லிக்கொண்டிருக்கிறது.

குறள் எண்: 1299

குறள்:

துன்பத்திற்கு யாரே துணை ஆவார், தாம் உடைய
நெஞ்சம் துணை அல் வழி

இந்தக் குறளை எப்படி மாற்றிப் படிக்கவேண்டும்:

துன்பத்திற்குத் தாம் உடைய நெஞ்சம் துணை அல் வழி துணை ஆவார் யாரே

இந்தக் குறளில் உள்ள கடினமான சொற்களும் அவற்றின் பொருளும்:

துன்பத்திற்கு => துன்பம் வந்தபோது

யாரே => யார்

தாம் உடைய => தம்முடைய / தன்னுடைய

துணை அல் வழி => துணையாகாவிட்டால்

எளிய உரை:

ஒருவர் துன்பத்தில் இருக்கும்போது, அவருடைய நெஞ்சம்தான் அவருக்குத் துணையாக நின்று அவரைத் தேற்றும். ஒருவேளை, அந்த நெஞ்சம்கூட அவருக்குத் துணையாக நிற்காவிட்டால், வேறு யார்தான் அவருக்குத் துணையாவார்கள்? (யாருமில்லை.)

குறள் எண்: 1300

குறள்:

தஞ்சம் தமர் அல்லர் ஏதிலார், தாம் உடைய
நெஞ்சம் தமர் அல் வழி

இந்தக் குறளை எப்படி மாற்றிப் படிக்கவேண்டும்:

தாம் உடைய நெஞ்சம் தமர் அல் வழி ஏதிலார் தமர் அல்லர் தஞ்சம்

இந்தக் குறளில் உள்ள கடினமான சொற்களும் அவற்றின் பொருளும்:

தஞ்சம்	*=> எளிதுதான்*
தமர் அல்லர்	*=> நம்முடையவர்களாக இல்லாதவர்கள்*
ஏதிலார்	*=> மற்றவர்கள்*
தாம் உடைய	*=> தம்முடைய*
தமர் அல் வழி	*=> நம்முடையதாக இல்லாவிட்டால்*

எளிய உரை:

ஒருவர் துன்பத்தில் இருக்கும்போது, அவருடைய நெஞ்சம்தான் அவருக்குத் துணையாக நின்று அவரைத் தேற்றும். ஒருவேளை, அந்த நெஞ்சம்கூட அவருக்குத் துணையாக நிற்காவிட்டால், மற்றவர்கள் எப்படித் துணையாக நிற்பார்கள்? அதற்கு வாய்ப்பே இல்லை.

அதிகாரம் 131: புலவி (ஊடல்)

குறள் எண்: 1301

குறள்:

புல்லாது இராஅப் புலத்தை. அவர் உறும்
அல்லல் நோய் காண்கம் சிறிது

இந்தக் குறளை எப்படி மாற்றிப் படிக்கவேண்டும்:

புல்லாது இராஅப் புலத்தை. அவர் உறும் அல்லல் நோய் சிறிது காண்கம்

இந்தக் குறளில் உள்ள கடினமான சொற்களும் அவற்றின் பொருளும்:

புல்லாது => தழுவாமல்

இராஅ => இருந்து

புலத்தை => ஊடல் கொள்

உறும் => அடைகின்ற

அல்லல் => துன்பம்

காண்கம் => பார்ப்போம்

எளிய உரை:

தோழி,

நீ அவனைப் பார்த்ததும் கட்டித் தழுவாதே; சிறிது நேரத்துக்கு ஊடல் கொண்டு சும்மா இரு; அதைக் கண்டு அவன் அனுபவிக்கிற துன்ப நோயைச் சிறிது நேரம் பார்ப்போம்.

குறள் எண்: 1302

குறள்:

உப்பு அமைந்து அற்று ஆல் புலவி, அது சிறிது
மிக்கு அற்று ஆல் நீள விடல்

இந்தக் குறளை எப்படி மாற்றிப் படிக்கவேண்டும்:

புலவி உப்பு அமைந்து அற்று ஆல். (புலவி) சிறிது நீள விடல் அது மிக்கு அற்று ஆல்

இந்தக் குறளில் உள்ள கடினமான சொற்களும் அவற்றின் பொருளும்:

அமைந்து அற்று => வேண்டிய அளவுக்கு இருத்தல்

ஆல் => அசைச்சொல் (பொருள் உணர்த்தாத சொல்)

புலவி => ஊடல்

அது => அந்த உப்பு

மிக்கு அற்று => மிகுதியாகிவிடுதல்

நீள விடல் => நீட்டிவிடுதல் / கூடுதலாக்கிவிடுதல்

எளிய உரை:

ஊடல் என்பது உணவில் உப்பைப்போல் சரியான அளவில் இருக்கவேண்டும். ஊடலைச் சற்றுக் கூடுதலான நேரம் நீட்டிவிட்டால், சாப்பாட்டில் உப்பைக் கொட்டியதுபோல் ஆகிவிடும்.

குறள் எண்: 1303

குறள்:

அலந்தாரை அல்லல் நோய் செய்தற்று ஆல், தம்மைப்
புலந்தாரைப் புல்லா விடல்

இந்தக் குறளை எப்படி மாற்றிப் படிக்கவேண்டும்:

தம்மைப் புலந்தாரைப் புல்லா விடல் அலந்தாரை அல்லல் நோய் செய்தற்று ஆல்

இந்தக் குறளில் உள்ள கடினமான சொற்களும் அவற்றின் பொருளும்:

அலந்தாரை => துன்பம் கொண்டவரை

அல்லல் => துன்பம்

செய்தற்று => செய்ததைப்போன்றது

ஆல் => அசைச்சொல் (பொருள் உணர்த்தாத சொல்)

தம்மை => தன்னுடன்

புலந்தாரை => ஊடல் கொண்டவரை

புல்லா விடல் => அணைக்காமல் விடுதல்

எளிய உரை:

காதலி காதலனிடம் ஊடல் கொண்டால், அவன் அவளை அணைத்துத் தேற்றவேண்டும். அவன் அப்படிச் செய்யாவிட்டால், அவளுடைய துன்ப நோய் இன்னும் கூடிவிடும்.

குறள் எண்: 1304

குறள்:

ஊடியவரை உணராமை வாடிய
வள்ளி முதல் அரிந்தற்று

இந்தக் குறளை எப்படி மாற்றிப் படிக்கவேண்டும்:

ஊடியவரை உணராமை வாடிய வள்ளி முதல் அரிந்தற்று

இந்தக் குறளில் உள்ள கடினமான சொற்களும் அவற்றின் பொருளும்:

ஊடியவரை => ஊடல் கொண்டவரை

உணராமை => அவருடைய அன்பை உணர்ந்துகொள்ளாமல் இருத்தல்

வள்ளி => கொடி

முதல் => வேரோடு / அடியிலிருந்து

அரிந்தற்று => அறுத்ததைப்போன்றது

எளிய உரை:

ஒரு கொடி வாடியிருக்கிறது என்றால், அதற்குத் தண்ணீர் ஊற்றவேண்டும், அதை அடியோடு அறுத்துத் தள்ளிவிடக்கூடாது.

அதுபோல, காதலி காதலனிடம் ஊடல் கொள்கிறாள் என்றால், அவன் அவளுடைய மனநிலையைப் புரிந்துகொள்ளவேண்டும், அவளை அணைத்துத் தேற்றவேண்டும்.

குறள் எண்: 1305

குறள்:

நலத்தகை நல்லவர்க்கு ஏஎர், புலத்தகை
பூ அன்ன கண்ணார் அகத்து

இந்தக் குறளை எப்படி மாற்றிப் படிக்கவேண்டும்:

நலத்தகை நல்லவர்க்கு ஏஎர், பூ அன்ன கண்ணார் அகத்துப் புலத்தகை

இந்தக் குறளில் உள்ள கடினமான சொற்களும் அவற்றின் பொருளும்:

நலத்தகை	*=> நல்ல குணங்களைக் கொண்ட*
ஏஎர்	*=> அழகு*
புலத்தகை	*=> ஊடல் பெருகுதல்*
பூ அன்ன கண்ணார்	*=> பூவை போன்ற கண்களை உடைய பெண்கள்*
அகத்து	*=> உள்ளத்தில்*

எளிய உரை:

ஒரு நல்ல ஆணுக்கு எது அழகு?

பூவைப் போன்ற கண்களை உடைய அவனுடைய காதலியின் மனத்தில் அவன்மீது ஊடல் பெருகவேண்டும். அதுதான் நல்ல ஆணுக்கு அழகு.

குறள் எண்: 1306

குறள்:

துனியும் புலவியும் இல் ஆயின் காமம்
கனியும் கருக்காயும் அற்று

இந்தக் குறளை எப்படி மாற்றிப் படிக்கவேண்டும்:

துனியும் புலவியும் இல் ஆயின் காமம் கனியும் கருக்காயும் அற்று

இந்தக் குறளில் உள்ள கடினமான சொற்களும் அவற்றின் பொருளும்:

துனி => ஊடல்

புலவி => சிறு ஊடல்

இல் ஆயின் => இல்லாவிட்டால்

காமம் => காதல்

கருக்காய் => இளங்காய்

அற்று => போன்றது

எளிய உரை:

காதலர்களுக்குள் அவ்வப்போது சிறிய, பெரிய ஊடல்கள் வரவேண்டும். இல்லாவிட்டால், அந்தக் காதல் மிகவும் பழுத்த கனியைப்போல, முற்றாத இளங்காயைப்போலச் சுவையற்றுப்போகும்.

குறள் எண்: 1307

குறள்:

ஊடலின் உண்டு ஆங்கு ஓர் துன்பம், புணர்வது
நீடுவது அன்று கொல் என்று

இந்தக் குறளை எப்படி மாற்றிப் படிக்கவேண்டும்:

ஊடலின் ஆங்கு, புணர்வது நீடுவது அன்று கொல் என்று ஓர் துன்பம் உண்டு

இந்தக் குறளில் உள்ள கடினமான சொற்களும் அவற்றின் பொருளும்:

ஊடலின் => ஊடலில்

ஆங்கு => அங்கு / அப்பொழுது

புணர்வது => ஒன்றுகூடுவது

நீடுவது அன்று கொல் => நீளாதோ

எளிய உரை:

காதலர்களுக்கிடையில் ஊடல் வருவது இயல்புதான். அதுவும் ஒருவகை இன்பம்தான்.

ஆனால், அந்த இன்பத்துக்கு நடுவில், 'இப்படி ஊடல் கொள்வதால் நாம் மீண்டும் பழையபடி கட்டித் தழுவி மகிழ்ந்திருக்கமுடியாத சூழ்நிலை வந்துவிடுமோ' என்கிற அச்சம் கலந்த எண்ணம் வரும். அது பெரிய துன்பம்!

குறள் எண்: 1308

குறள்:

நோதல் எவன் மற்று, நொந்தார் என்று அஃது அறியும்
காதலர் இல்லா வழி

இந்தக் குறளை எப்படி மாற்றிப் படிக்கவேண்டும்:

நொந்தார் என்று அஃது அறியும் காதலர் இல்லா வழி நோதல் மற்று எவன்?

இந்தக் குறளில் உள்ள கடினமான சொற்களும் அவற்றின் பொருளும்:

நோதல் => நொந்துகொள்ளுதல்

எவன் => எதற்கு

மற்று => பின்னர்

நொந்தார் => வருந்தினார்

அஃது => அது

இல்லா வழி => இல்லாதபோது

எளிய உரை:

காதலி காதலனை நினைத்து வருந்துகிறாள் என்றால், அவளுடைய வருத்தத்தை அந்தக் காதலன் அறிந்துகொள்ளவேண்டும், அவள்மீது அன்பைப் பொழிந்து அவளுடைய வருத்தத்தைப் போக்கவேண்டும். இல்லாவிட்டால், அவளுடைய வருத்தத்தால் என்ன பயன்? (ஏதுமில்லை.)

குறள் எண்: 1309

குறள்:

நீரும் நிழலது இனிதே. புலவியும்
வீழுநர்கண்ணே இனிது

இந்தக் குறளை எப்படி மாற்றிப் படிக்கவேண்டும்:

நீரும் நிழலது இனிதே. புலவியும் வீழுநர்கண்ணே இனிது

இந்தக் குறளில் உள்ள கடினமான சொற்களும் அவற்றின் பொருளும்:

நிழலது => நிழலில் இருக்கும்போது

இனிது => இனிமையானது

புலவியும் => ஊடலும்

வீழுநர்கண்ணே => அன்பு நிறைந்தவரிடம்தான்

எளிய உரை:

நிழலில் உள்ள தண்ணீர் மிகவும் குளிர்ச்சியாகவும் இனிமையாகவும் இருக்கும். அதுபோல, அன்புள்ளவர்கள்மீது ஊடல் கொள்வது மிகவும் இனிமையானது.

குறள் எண்: 1310

குறள்:

ஊடல் உணங்கவிடுவாரோடு என் நெஞ்சம்
கூடுவேம் என்பது அவா

இந்தக் குறளை எப்படி மாற்றிப் படிக்கவேண்டும்:

என் நெஞ்சம் ஊடல் உணங்கவிடுவாரோடு கூடுவேம் என்பது, அவா

இந்தக் குறளில் உள்ள கடினமான சொற்களும் அவற்றின் பொருளும்:

உணங்கவிடுவாரோடு	=> வாடவிடுபவருடன்
கூடுவேம்	=> இணைவோம் / இணைவேன்
அவா	=> ஆசை

எளிய உரை:

நான் என் காதலன்மீது ஊடல் கொண்டேன். ஆனால், அவன் அதைப் புரிந்துகொள்ளவில்லை, என்மீது அன்பைப் பொழிந்து மகிழ்விக்கவில்லை, என்னை அப்படியே வாடவிட்டுவிட்டான்.

ஆனாலும், என் நெஞ்சம் அவன்மீது ஆசையோடுதான் இருக்கிறது, நாம் அவனோடு சேர்ந்து வாழ்வோம் என்றுதான் பேசுகிறது.

அதிகாரம் 132: புலவி நுணுக்கம் (ஊடல் நுணுக்கம்)

குறள் எண்: 1311

குறள்:

பெண் இயலார் எல்லாரும் கண்ணின் பொது உண்பர்,
நண்ணேன், பரத்த, நின் மார்பு

இந்தக் குறளை எப்படி மாற்றிப் படிக்கவேண்டும்:

பரத்த, நின் மார்பு பெண் இயலார் எல்லாரும் கண்ணின் பொது உண்பர், (நின் மார்பு) நண்ணேன்

இந்தக் குறளில் உள்ள கடினமான சொற்களும் அவற்றின் பொருளும்:

பெண் இயலார் => பெண்மை இயல்பைக் கொண்டவர்கள் / பெண்கள்
கண்ணின் => கண்களால்
பொது => பொதுவாக
உண்பர் => உண்பார்கள்
நண்ணேன் => பொருந்தமாட்டேன்
பரத்த => பரத்தையரிடம் (விலைமாதரிடம்) செல்பவனே / தீய ஒழுக்கம் கொண்டவனே
நின் => உன்ஃ

எளிய உரை:

தீய ஒழுக்கம் கொண்டவனே,

உன் மார்பை எல்லாப் பெண்களும் கண்களால் தின்கிறார்கள். அதனால், நான் உன் மார்பைத் தழுவமாட்டேன்.

குறள் எண்: 1312

குறள்:

ஊடி இருந்தேமா, தும்மினார், யாம் தம்மை
நீடு வாழ்க என்பாக்கு அறிந்து

இந்தக் குறளை எப்படி மாற்றிப் படிக்கவேண்டும்:

ஊடி இருந்தேமா, யாம் தம்மை நீடு வாழ்க என்பாக்கு அறிந்து தும்மினார்

இந்தக் குறளில் உள்ள கடினமான சொற்களும் அவற்றின் பொருளும்:

ஊடி இருந்தேமா => ஊடல் கொண்டபோது

யாம் => நான்

தம்மை => தன்னை / அவனை

நீடு வாழ்க => பல்லாண்டு வாழ்க

என்பாக்கு => என்று சொல்வதை

எளிய உரை:

நான் அவன்மீது ஊடல் கொண்டிருந்தேன். அப்போது, அவன் திடீரென்று தும்மினான்.

ஆனால், அது உண்மையான தும்மல் இல்லை, அவன் தும்மினால் நான் உடனே 'பல்லாண்டு வாழ்க' என்று அவனை வாழ்த்துவேன் என்பதற்காகச் செய்யப்பட்ட பொய்த் தும்மல்.

குறள் எண்: 1313

குறள்:

கோட்டுப் பூச் சூடினும் காயும், ஒருத்தியைக்
காட்டிய சூடினீர் என்று

இந்தக் குறளை எப்படி மாற்றிப் படிக்கவேண்டும்:

கோட்டுப் பூச் சூடினும், 'ஒருத்தியைக் காட்டிய சூடினீர்' என்று காயும்

இந்தக் குறளில் உள்ள கடினமான சொற்களும் அவற்றின் பொருளும்:

கோட்டுப் பூ => கிளையில் பூத்த மலர்

சூடினும் => சூடினாலும்

காயும் => சினம் கொள்வாள்

ஒருத்தியை => இன்னொரு பெண்ணுக்கு

காட்டிய => காண்பிப்பதற்காக

சூடினீர் => சூடினாய்

எளிய உரை:

நான் கிளையில் பூத்த மலர்களை அணிந்தேன்.

அதைப் பார்த்ததும் என் காதலி சினம் கொண்டாள், 'யாரோ ஒருத்திக்கு உன்னுடைய அழகைக் காண்பிப்பதற்காகத்தான் நீ இந்த மலர்களையெல்லாம் சூடியிருக்கிறாய்' என்று ஊடல் கொண்டாள்.

குறள் எண்: 1314

குறள்:

யாரினும் காதலம் என்றேனா, ஊடினாள்
யாரினும் யாரினும் என்று

இந்தக் குறளை எப்படி மாற்றிப் படிக்கவேண்டும்:

யாரினும் காதலம் என்றேனா, 'யாரினும்? யாரினும்?' என்று ஊடினாள்

இந்தக் குறளில் உள்ள கடினமான சொற்களும் அவற்றின் பொருளும்:

யாரினும் => யாரையும்விட

காதலம் => காதல் கொள்கிறோம்

என்றேனா => என்று சொன்னபோது

யாரினும் யாரினும் => யாரைவிட? யாரைவிட? (உணர்ச்சி மிகுதியால் இருமுறை கேட்கிறாள்)

ஊடினாள் => ஊடல் கொண்டாள்

எளிய உரை:

மற்ற யாரையும்விட நாம் சிறந்த காதலர்கள் என்று என் காதலியிடம் சொன்னேன்.

ஆனால், நான் அப்படிச் சொன்னது அவளுக்குப் பிடிக்கவில்லை, 'நம் காதலை நீ யாருடன் ஒப்பிடுகிறாய்?' என்று திரும்பத் திரும்பக் கேட்டு ஊடல் கொண்டாள்.

குறள் எண்: 1315

குறள்:

இம்மைப் பிறப்பில் பிரியலம் என்றேனா,
கண் நிறை நீர் கொண்டனள்

இந்தக் குறளை எப்படி மாற்றிப் படிக்கவேண்டும்:

இம்மைப் பிறப்பில் பிரியலம் என்றேனா, கண் நிறை நீர் கொண்டனள்

இந்தக் குறளில் உள்ள கடினமான சொற்களும் அவற்றின் பொருளும்:

இம்மைப் பிறப்பில் => இந்தப் பிறவியில்

பிரியலம் => பிரியமாட்டோம்

என்றேனா => என்று சொன்னபோது

நிறை => நிறைந்த

கொண்டனள் => கொண்டாள்

எளிய உரை:

இந்தப் பிறவியில் நாம் எப்போதும் பிரியமாட்டோம் என்று என் காதலியிடம் சொன்னேன்.

உடனே, அவள் அழத் தொடங்கிவிட்டாள். (இனி வரும் பிறவிகளிலும் நாங்கள் ஒன்றாக வாழவேண்டும் என்று அவள் விரும்புகிறாள்.)

குறள் எண்: 1316

குறள்:

உள்ளினேன் என்றேன், மற்று என் மறந்தீர் என்று என்னைப் புல்லாள், புலத்தக்கனள்

இந்தக் குறளை எப்படி மாற்றிப் படிக்கவேண்டும்:

உள்ளினேன் என்றேன், மற்று என் மறந்தீர் என்று என்னைப் புல்லாள், புலத்தக்கனள்

இந்தக் குறளில் உள்ள கடினமான சொற்களும் அவற்றின் பொருளும்:

உள்ளினேன் => நினைத்தேன்

மற்று => பின்னர்

என் => ஏன்

மறந்தீர் => மறந்தாய்

புல்லாள் => தழுவவில்லை

புலத்தக்கனள் => ஊடல் கொண்டாள்

எளிய உரை:

நான் உன்னைத்தான் நினைத்துக்கொண்டிருந்தேன் என்று சொன்னபடி என் காதலியைத் தழுவ முயன்றேன்.

ஆனால், அவள் என்னைத் தழுவ மறுத்தாள், ‘இப்போது நீ என்னை நினைக்கிறாய் என்றால், இதற்குமுன்னால் என்னை மறந்திருந்தாய். அப்படித்தானே?’ என்று என்மீது ஊடல் கொண்டாள்.

குறள் எண்: 1317

குறள்:

> **வழுத்தினாள் தும்மினேன் ஆக, அழித்து அழுதாள்**
> **யார் உள்ளித் தும்மினீர் என்று**

இந்தக் குறளை எப்படி மாற்றிப் படிக்கவேண்டும்:

> **தும்மினேன் ஆக, வழுத்தினாள், அழித்து, 'யார் உள்ளித் தும்மினீர்?' என்று அழுதாள்**

இந்தக் குறளில் உள்ள கடினமான சொற்களும் அவற்றின் பொருளும்:

வழுத்தினாள்	=>	*வாழ்த்தினாள்*
தும்மினேன் ஆக	=>	*தும்மியவனாக*
அழித்து	=>	*மாற்றி*
உள்ளி	=>	*நினைத்து*
தும்மினீர்	=>	*தும்மினாய்*

எளிய உரை:

எனக்குத் தும்மல் வந்தது. அதைக் கண்டதும் என் காதலி என்னை வாழ்த்தினாள்.

மறுகணம், அவள் முகத்தில் வருத்தம் தோன்றியது, 'யாராவது உன்னை நினைத்தால்தானே உனக்குத் தும்மல் வரும்? என்னைத் தவிர வேறு யார் உன்னை நினைக்கிறார்கள்?' என்று அழத் தொடங்கிவிட்டாள்.

குறள் எண்: 1318

குறள்:

தும்முச் செறுப்ப, அழுதாள், நுமர் உள்ளல்
எம்மை மறைத்தீரோ என்று

இந்தக் குறளை எப்படி மாற்றிப் படிக்கவேண்டும்:

தும்முச் செறுப்ப, 'நுமர் உள்ளல் எம்மை மறைத்தீரோ!' என்று அழுதாள்

இந்தக் குறளில் உள்ள கடினமான சொற்களும் அவற்றின் பொருளும்:

தும்மு	=> தும்மல்
செறுப்ப	=> அடக்க / கட்டுப்படுத்த
நுமர்	=> உன் காதலிகள்
உள்ளல்	=> நினைத்தல்
எம்மை	=> என்னிடம்
மறைத்தீரோ	=> மறைத்தாயோ

எளிய உரை:

எனக்குத் தும்மல் வந்தது. ஆனால், நான் தும்மினால் என் காதலிக்குச் சினம் வரும், 'உன்னை வேறு யாரோ நினைக்கிறார்கள்' என்று சொல்லி என்மீது ஊடல் கொள்வாள். அதனால் நான் அந்தத் தும்மலை அடக்கிக்கொண்டேன்.

அதைப் பார்த்ததும் என் காதலி அழத் தொடங்கிவிட்டாள். 'வேறு யாரோ உன்னை நினைக்கிறார்கள். அதை என்னிடம் மறைப்பதற்காகத்தான் நீ உன்னுடைய தும்மலை அடக்குகிறாய்' என்று சொல்லி அழுதாள் அவள்.

குறள் எண்: 1319

குறள்:

தன்னை உணர்த்தினும் காயும், பிறர்க்கு நீர்
இந்நீரர் ஆகுதிர் என்று

இந்தக் குறளை எப்படி மாற்றிப் படிக்கவேண்டும்:

தன்னை உணர்த்தினும், 'பிறர்க்கு நீர் இந்நீரர் ஆகுதிர்' என்று காயும்

இந்தக் குறளில் உள்ள கடினமான சொற்களும் அவற்றின் பொருளும்:

தன்னை	=> *தன்னுடைய / அவளுடைய*
உணர்த்தினும்	=> *ஊடலைத் தணித்தாலும்*
காயும்	=> *சினம் கொள்வாள்*
பிறர்க்கு	=> *மற்ற பெண்களுக்கு*
நீர்	=> *நீ*
இந்நீரர்	=> *இந்தத் தன்மை கொண்டவன்*
ஆகுதிர்	=> *ஆவாய்*

எளிய உரை:

என் காதலி என்மீது ஊடல் கொண்டாள். நான் அவளிடம் அன்பாகப் பேசி அவளுடைய ஊடலைக் குறைக்க முயன்றேன்.

ஆனால், இதைப் பார்த்ததும் அவள் என்மீது இன்னும் சினம் கொண்டாள், 'நீ மற்ற பெண்களிடமும் இப்படித்தான் அன்பாகப் பேசுவாய்' என்று சீறினாள்.

குறள் எண்: 1320

குறள்:

நினைத்து இருந்து நோக்கினும் காயும், அனைத்து நீர்
யார் உள்ளி நோக்கினீர் என்று

இந்தக் குறளை எப்படி மாற்றிப் படிக்கவேண்டும்:

நினைத்து இருந்து நோக்கினும், 'அனைத்து நீர் யார் உள்ளி நோக்கினீர்?' என்று காயும்

இந்தக் குறளில் உள்ள கடினமான சொற்களும் அவற்றின் பொருளும்:

நோக்கினும் => பார்த்தாலும்

காயும் => சினம் கொள்வாள்

அனைத்து => அனைத்தையும்

நீர் => நீ

உள்ளி => நினைத்து

நோக்கினீர் => பார்த்தாய்

எளிய உரை:

நான் என் காதலியையே நினைத்துக்கொண்டு அவளையே உற்றுப் பார்த்துக்கொண்டிருந்தேன்.

இதைக் கண்ட அவள் என்மீது சினம் கொண்டாள், 'நீ ஏன் என்னை இப்படிப் பார்க்கிறாய்? மனத்துக்குள் இன்னொரு பெண்ணை நினைத்துக்கொண்டு அவளுடன் என்னை ஒப்பிடுகிறாயா?' என்று ஊடல் கொண்டாள்.

அதிகாரம் 133: ஊடல் உவகை (ஊடல் தரும் மகிழ்ச்சி)

குறள் எண்: 1321

குறள்:

இல்லை தவறு அவர்க்கு ஆயினும் ஊடுதல்
வல்லது அவர் அளிக்குமாறு

இந்தக் குறளை எப்படி மாற்றிப் படிக்கவேண்டும்:

அவர்க்குத் தவறு இல்லை ஆயினும் ஊடுதல் அவர் அளிக்குமாறு வல்லது

இந்தக் குறளில் உள்ள கடினமான சொற்களும் அவற்றின் பொருளும்:

அவர்க்கு	=>	அவரிடம்
ஆயினும்	=>	என்றாலும்
ஊடுதல்	=>	ஊடல் கொள்ளுதல்
வல்லது	=>	செய்யக்கூடியது
அளிக்குமாறு	=>	அன்பை அளிக்கும்படி

எளிய உரை:

என் காதலன் எந்தத் தவறும் செய்யவில்லை. ஆனாலும் நான் அவன்மீது ஊடல் கொள்வேன். அப்போதுதான் அவன் என்மீது இன்னும் இன்னும் அன்பைப் பொழிவான்.

குறள் எண்: 1322

குறள்:

ஊடலில் தோன்றும் சிறு துனி நல் அளி
வாடினும் பாடு பெறும்

இந்தக் குறளை எப்படி மாற்றிப் படிக்கவேண்டும்:

ஊடலில் தோன்றும் சிறு துனி நல் அளி வாடினும் பாடு பெறும்

இந்தக் குறளில் உள்ள கடினமான சொற்களும் அவற்றின் பொருளும்:

துனி	=> *துன்பம்*
நல்	=> *நல்ல*
அளி	=> *அன்பு*
வாடினும்	=> *வாடினாலும் / வாடச்செய்தாலும்*
பாடு	=> *பெருமை*

எளிய உரை:

ஊடல் கொள்வதில் சிறு துன்பம் உண்டுதான். அதன்மூலம் காதலர்களுக்கு இடையிலான நல்ல அன்பு கொஞ்சம் குறையும்தான். ஆனாலும் ஊடல் பெருமைக்குரியதுதான்.

குறள் எண்: 1323

குறள்:

புலத்தலின் புத்தேள் நாடு உண்டோ, நிலத்தொடு
நீர் இயைந்து அன்னார் அகத்து

இந்தக் குறளை எப்படி மாற்றிப் படிக்கவேண்டும்:

நிலத்தொடு நீர் இயைந்து அன்னார் அகத்துப் புலத்தலின் புத்தேள் நாடு உண்டோ?

இந்தக் குறளில் உள்ள கடினமான சொற்களும் அவற்றின் பொருளும்:

புலத்தலின்	=> *ஊடல் கொள்வதைவிட*
புத்தேள் நாடு	=> *தேவர் உலகம்*
உண்டோ	=> *இருக்கிறதா*
நிலத்தொடு	=> *நிலத்துடன்*
இயைந்து அன்னார்	=> *கலந்ததைப்போன்றவர்*
அகத்து	=> *இடத்தில்*

எளிய உரை:

நிலத்தோடு நீர் கலந்ததைப்போல் மனம் ஒன்றுபட்ட காதலர்களுக்குள்ளும் ஊடல் வரும். அந்த ஊடல் மிகவும் இன்பமானது. அதற்கு இணையான இன்பம் தேவர்களுடைய வானுலகத்திலும் இல்லை.

குறள் எண்: 1324

குறள்:

புல்லி விடாஅப் புலவியுள் தோன்றும் என்
உள்ளம் உடைக்கும் படை

இந்தக் குறளை எப்படி மாற்றிப் படிக்கவேண்டும்:

புல்லி விடாஅப் புலவியுள் என் உள்ளம் உடைக்கும் படை தோன்றும்

இந்தக் குறளில் உள்ள கடினமான சொற்களும் அவற்றின் பொருளும்:

புல்லி => தழுவி

விடாஅ => விடாமல்

புலவியுள் => ஊடலுக்குள்

படை => படைக் கருவி / ஆயுதம்

எளிய உரை:

என் காதலன்மீது ஊடல் கொள்ளும்போது, என் உள்ளம் உடைந்துபோகிறது. ஆனால், அதே ஊடல்தான் எங்களை இன்னும் நெருங்கச்செய்கிறது. நாங்கள் மேலும் மகிழ்ச்சியாகக் கட்டித் தழுவுகிறோம்.

குறள் எண்: 1325

குறள்:

தவறு இலர் ஆயினும், தாம் வீழ்வார் மென் தோள்
அகறலின் ஆங்கு ஒன்று உடைத்து

இந்தக் குறளை எப்படி மாற்றிப் படிக்கவேண்டும்:

தவறு இலர் ஆயினும், தாம் வீழ்வார் மென் தோள் அகறலின் ஆங்கு ஒன்று உடைத்து

இந்தக் குறளில் உள்ள கடினமான சொற்களும் அவற்றின் பொருளும்:

தவறு இலர் ஆயினும் => தவறு செய்யாதவராக இருந்தாலும்

தாம் வீழ்வார் => தன்னால் விரும்பப்படுகிறவர்

மென் தோள் => மென்மையான தோள்கள்

அகறலின் => நீங்கி இருப்பதில்

ஆங்கு => அங்கு

ஒன்று உடைத்து => ஓர் இன்பம் உள்ளது

எளிய உரை:

அவன் எந்தத் தவறும் செய்யவில்லை. ஆனாலும், மென்மையான தோள்களை உடைய அவனுடைய காதலி அவன்மீது ஊடல் கொள்கிறாள், அவனை விட்டு விலகி நிற்கிறாள். அந்தச் செல்லச் சண்டையிலும் ஓர் இன்பம் உள்ளது.

குறள் எண்: 1326

குறள்:

உணலினும் உண்டது அறல் இனிது. காமம்
புணர்தலின் ஊடல் இனிது

இந்தக் குறளை எப்படி மாற்றிப் படிக்கவேண்டும்:

உணலினும் உண்டது அறல் இனிது. காமம் புணர்தலின் ஊடல் இனிது

இந்தக் குறளில் உள்ள கடினமான சொற்களும் அவற்றின் பொருளும்:

உணலினும் => உண்பதைவிட

உண்டது அறல் => உண்ட உணவு செரித்தல்

இனிது => இனிமையானது

காமம் => காதல்

புணர்தலின் => ஒன்றுகூடுவதைவிட

எளிய உரை:

சாப்பிடுவது இன்பம்தான். அந்தச் சாப்பாடு செரிப்பது அதைவிட இன்பம்.

அதுபோல, காதலர்கள் கட்டித் தழுவுவது இன்பம்தான். அவர்கள் ஒருவர்மீது ஒருவர் ஊடல் கொள்வது அதைவிட இன்பம்.

குறள் எண்: 1327

குறள்:

ஊடலில் தோற்றவர் வென்றார். அது மன்னும்
கூடலில் காணப்படும்

இந்தக் குறளை எப்படி மாற்றிப் படிக்கவேண்டும்:

ஊடலில் தோற்றவர் வென்றார். அது மன்னும் கூடலில் காணப்படும்

இந்தக் குறளில் உள்ள கடினமான சொற்களும் அவற்றின் பொருளும்:

மன்னும் => நிலைத்த

கூடலில் => ஒன்றுசேர்தலில்

எளிய உரை:

ஊடலைப் பொறுத்தவரை, அதில் யார் தோற்கிறார்களோ அவர்கள்தான் உண்மையான வெற்றியாளர். அடுத்து வருகிற கூடலின்போது இந்த உண்மை தெளிவாகத் தெரிந்துவிடும்.

குறள் எண்: 1328

குறள்:

ஊடிப் பெறுகுவம் கொல்லோ, நுதல் வெயர்ப்பக்
கூடலில் தோன்றிய உப்பு

இந்தக் குறளை எப்படி மாற்றிப் படிக்கவேண்டும்:

நுதல் வெயர்ப்பக் கூடலில் தோன்றிய உப்பு ஊடிப் பெறுகுவம் கொல்லோ

இந்தக் குறளில் உள்ள கடினமான சொற்களும் அவற்றின் பொருளும்:

ஊடி	=> ஊடல் கொண்டு
பெறுகுவம் கொல்லோ	=> பெறுவோமா
நுதல்	=> நெற்றி
வெயர்ப்ப	=> வியர்க்கும்படி
கூடலில்	=> ஒன்றுசேர்தலில்
உப்பு	=> இன்பம்

எளிய உரை:

நாம் இன்னொரு முறை ஊடல் கொள்வோமா! அதன்பிறகு, நெற்றி வியர்க்கக் கூடி மகிழ்வோமா! (ஊடல்தான் கூடலுக்கு வழிவகுக்கிறது.)

குறள் எண்: 1329

குறள்:

ஊடுக மன் ஓ ஒளி இழை. யாம் இரப்ப
நீடுக மன் ஓ இரா

இந்தக் குறளை எப்படி மாற்றிப் படிக்கவேண்டும்:

ஒளி இழை ஊடுக மன் ஓ. யாம் இரப்ப இரா நீடுக மன் ஓ

இந்தக் குறளில் உள்ள கடினமான சொற்களும் அவற்றின் பொருளும்:

ஊடுக மன் => ஊடல் கொள்ளட்டும்

ஓ => அசைச்சொல் (பொருள் உணர்த்தாத சொல்)

ஒளி இழை => ஒளி வீசுகின்ற அணிகலன்களை அணிந்த பெண்

யாம் => நான்

இரப்ப => கெஞ்ச

நீடுக மன் => நீளட்டும்

இரா => இரவு

எளிய உரை:

ஒளி வீசுகின்ற அணிகலன்களை அணிந்த என் காதலி என்மீது ஊடல் கொள்வாள். ஊடலை விட்டுவிடும்படி நான் அவளிடம் கெஞ்சுவேன். இந்த இன்ப நாடகத்தால் இந்த இரவு இன்னும் இன்னும் நீளும்.

குறள் எண்: 1330

குறள்:

ஊடுதல் காமத்திற்கு இன்பம். அதற்கு இன்பம்
கூடி முயங்கப் பெறின்

இந்தக் குறளை எப்படி மாற்றிப் படிக்கவேண்டும்:

காமத்திற்கு ஊடுதல் இன்பம். கூடி முயங்கப் பெறின் அதற்கு இன்பம்

இந்தக் குறளில் உள்ள கடினமான சொற்களும் அவற்றின் பொருளும்:

ஊடுதல் => ஊடல் கொள்ளுதல்

காமத்திற்கு => காதலுக்கு

கூடி => ஒன்றாகச் சேர்ந்து

முயங்கப் பெறின் => தழுவினால்

எளிய உரை:

காதலுக்கு இன்பம், ஊடல்.

அந்த ஊடலுக்கு இன்பம், கட்டித் தழுவிக் கூடுதல்.

தெளிவான எழுத்தும் ஆழமான ஆய்வும் நிறைந்த நூல்களுக்காகத் தமிழ் வாசகர்களிடையில் நன்கு அறியப்பட்டுள்ள என். சொக்கன் - புனைவு, வாழ்க்கை வரலாறு, நிறுவன வரலாறு, தன்னம்பிக்கை, சிறுவர் இலக்கியம் உள்ளிட்ட துறைகளில் இதுவரை எழுபதுக்கும் மேற்பட்ட நூல்கள், நூற்றுக்கணக்கான கதைகள், கட்டுரைகளை எழுதியுள்ளார். விரிவான ஆய்வுகள், சான்றுகளின் அடிப்படையிலான ஆழமான வரலாற்று நூல்களைத் தமிழில் எழுத இயலும், அவற்றைப் பெரும்பான்மை வாசகர்களுக்குக் கொண்டுசேர்க்கவும் இயலும் என்பதைப் பலமுறை நிரூபித்த எழுத்து வகை இவருடையது.

தமிழ், ஆங்கிலம் ஆகிய இரு மொழிகளிலும் எழுதும் சொக்கனுடைய நூல்கள் ஹிந்தி, கன்னடம், மலையாளம் உள்ளிட்ட பல மொழிகளில் மொழிபெயர்ப்பாகியுள்ளன.

www.ingramcontent.com/pod-product-compliance
Ingram Content Group UK Ltd.
Pitfield, Milton Keynes, MK11 3LW, UK
UKHW042135021026
15589UKWH00003B/834

9 789348 439901